நிலையும் நினைப்பும்

கா. ந. அண்ணாதுரை

Title: Nilaiyum Ninaipum

Author: C. N. Annadurai

Language: Tamil

First Published on: 1947

Year of Publication: 2024

Book Format: Paperback

*Page Size: 6inch * 9inch*

Category: Essays

Subject: Political Essays

No. of pages: 40

ISBN: 978-81-988093-7-7

Published by: Nilan Publishers, Madurai, Tamilnadu, India

அண்ணாமலைப் பல்கலைக் கழக, தமிழ்ப் பொதுப் பேரவையின் சார்பில், பட்டமளிப்பு விழா மண்டபத்தில் தோழர் K. A. மதியழகன் அவர்கள் தலைமையில் அறிஞர் C. N. அண்ணாதுரை M. A., அவர்கள் ஆற்றிய தொடக்க விழா சொற்பொழிவு.

(23-9-47)

பொருளடக்கம்

நிலையும் நினைப்பும்...

நிலையும் நினைப்பும்

அன்புள்ள தலைவர் அவர்களே ! அருமைத் தோழர்களே !! இந்தத் தொடக்க விழாச் சொற் பொழிவை நான்தான் ஆற்றவேண்டும் என்று கேட்டபோது, நான் சிலகாலமாக அதிகமாக எந்தப் பொதுக் கூட்டங்களிலும் பேசுவதில்லை ; ஆகவே, இந்தக் கூட்டத்திற்கும் வர இயலாதவனாயிருக்கிறேன் என்று கூறினேன். ஆனால் எனது மாணவ நண்பர் மதியழகன் நான் வரத்தான் வேண்டுமென்று பிடிவாதம் செய்தார். நான் யோசித்தேன்; சரி என்று சம்மதம் தந்தேன். காரணம், நான் இந்த விழாவில் கலந்து கொண்டு சொற்பொழிவு ஆற்றுவதன் மூலம் ஒரு சில சந்தேகமான பிரச்சனைகள் - அதுவும் என்னைப்பற்றி சிலர் கொண்ட சந்தேகமான பிரச்சனைகள்- தீரும் என்பதே யாகும்.

நான் பேச ஒப்புக்கொண்டு கொடுத்த தலைப்பு, "நிலையும் நினைப்பும்." இன்று இந்தத் தமிழ்ப் பொதுப் பேரவையின் தொடக்க விழாவுக்குத் தலைமை வகிக்க இருந்த துணைவேந்தர் இரத்தினசாமி அவர்கள் சென்னைக்கு சற்று அவசரவேலை காரணமாகச் சென்று விட்டதால் நண்பர் மதியழகன் தலைமை வகிக்கிறார். சென்னைக்குச் சற்று அவசர வேலை காரணமாகப் போகாமல் துணைவேந்தர் அவர்கள் இந்த விழாவுக்குத் தலைமை வகித்திருந்தால் என் நினைப்பு கட்டுப்படும் நிலைமை ஏற்பட்டிருக்கும். ஆனால் நண்பரின் தலைமையில் அந்தக் கட்டு தளர்த்தப் பட்டிருக்கிறது; நினைப்பை வானலோகம் வரை சஞ்சரிக்க விடலாம். பல்கலைக் கழக விதியை மீறி அன்பு காரணமாக. அண்ணாமலைப் பல்கலைக் கழகத்தில் எனது சொற்பொழிவின் மூலம் சர்க்கார் இப்பொழுது சிந்தனைக்கு இட்டிருக்கும் கட்டுப்பாட்டைக் குலைத்து விடுவேன் என்றோ, அல்லது எனது அரசியல் கருத்தை உங்கள் சொந்தமான கொள்கைக்கு மாறாக மனதிற்குள்

புகுத்திவிடுவேன் என்றோ ஐயப்படத் தேவையில்லை. யார் ஐயங்கொண்டாலும், அச்சங்கொண்டாலும் தமிழ்ப் பொதுப் பேரவையின் உறுப்பினர்களாகிய நீங்கள் அஞ்சமாட்டீர்கள் என்ற திடமான நம்பிக்கை எனக்குண்டு. இந்தத் தமிழ்ப் பொதுப் பேரவைப் பேச்சு மேடையை அரசியல் மேடையாக்கி, வகுப்பு வாதத்தை வாதத்துக்கழைத்து நாட்டுப் பிரிவினை யைப் பற்றிப் பேசி தொடக்க விழாவை நாட்டுப் பிரிவினை நாளாக மாற்றவேண்டும் என்ற நிர்பந்தத் தில் இல்லாதவன். கொஞ்ச நாளாக அரசியலி லேயே அலுப்புத் தட்டியவன் நான். அலுப்புக்குக் காரணமான அரசியலை உங்களது அச்சத்துக்குரிய பொருளாக மாற்ற மாட்டேன். சர்க்காரே சிந்தனைக்குத் தடைவிதித்தாலும் நமது கனம் கல்வி மந்திரி அவினாசிலிங்கம் அடிக்கடி தமது சொற்பொழிவிலே "அச்சம் தவிர்" என்ற அச்சரத்தை ஓதிவருகிறார். பல்கலைக் கழகம் உங்களுக்கு அளித்திருக்கும் இலச்சினையில் *"With Courage and Faith "* என்ற வாக்கியம் பொறிக்கப் பட்டிருக்கிறது. ஆதலால் "அச்சம் தவிர்" என்று போதனை புரியும் அவினாசியார் ஆட்சியின் கீழ் தைரியத்தை *(Courage)* தனது ஒரு முக்கிய பண்பாக உடைய அண்ணாமலைப் பல்கலைக் கழகத்தில் பயமறியாத பருவத்திலுள்ள நீங்கள் எதற்கும் பயப்படத் தேவையில்லை. "பயப்படக் கூடாது." அதுதான் பல்கலைக் கழகத்தின் பண்பாக இருக்க வேண்டும். பயந்தால் பல்கலைக் கழகத்தின் பண்பே பழிப்புக்கிடமாகும்; அது பண்பு உயர்த்தப்பட வேண்டும் என்பதற்கு அறிகுறி. ஆனால், அதனால் உங்களுடைய உள்ளத்திலுள்ள கருத்துக்கள் எனது எடுத்துக்காட்டுகளால் மாறவேண்டு மென்பதல்ல. என்னுடைய கருத்துக்களை வாங்கி உங்களுடைய அறிவென்னும் உரைகல்லில் உரைத்து சிந்தனைத் துலோக்கோலால் நிறுத்து, சரியா தப்பா என்று பார்க்க வேண்டும். சரியானதை ஒத்துக் கொள்ளவேண்டும்; ஒத்துக் கொண்டதை ஓம்ப வேண்டும். இது பண்புள்ளவர்கள் செய்யவேண்டிய கடமை: பல்கலைக் கழகம் வளர்க்கவேண்டிய பொருள். இது எனது சொந்த சார்பில் நான் உங்களுக்குச் சொல்ல விரும்புகிற நல்லுரை.

"நிலையும் நினைப்பும்" என்ற தலைப்பை உங்கள் தொடக்க விழாச் சொற்பொழிவுக்குத் தந்த பொழுது, நான் சற்று சிந்தித்துப் பார்த்தேன், இன்றைய என் நிலையும் நினைப்பும், மக்களது நிலையும் நினைப்பும், மக்கள் என்னைப்பற்றிக் கொண்ட நினைப்பும், நான் மக்களைப்பற்றிக்கொண்ட நினைப்பும், நினைப்பால் மாறிய இருவர்களது நிலையும்— இப்படி நான் நிலை — "நினைப்பு என்ற இரு தொடர்களையும் பொருத்திப் பார்த்தேன். எனக்கு விசித்திரமாகப் பட்டது. எனவே "நிலையும் நினைப்பும்" என்ற தலைப்பிலேயே சற்று பேசலாம் என்ற முடிவுக்கு வந்தேன்.

ஒரு நாட்டின் நிலை அதன் நினைப்பை உருவாக்குகிறது. உன்னத நிலையில் உள்ள நாட்டின் நினைப்பு உயர்ந்திருக்கும்; தாழ்ந்த நிலையில் உள்ள நாட்டின் நினைப்பு தாழ்ந்திருக்கும். அதாவது நிலை உயர்ந்திருந்தால், நினைப்பும் உயர்ந்திருக்கும். நிலை தாழ்ந்திருந்தால் நினைப்பும் தாழ்ந்திருக்கும், நிலைக்கேற்றபடி நினைப்பு இருக்கும். ஆனால் சில வேளைகளில் நிலைக்கேற்றபடி நினைப்பு இருப்பதில்லை. மூன்றாவது அடுக்கு மேல் மாடியில் உலவுகிற தொழிலாளியின் நினைப்பு அவன் நிலை உயர்ந்திருக்கிற அளவு உயர்ந்திருப்பதில்லை. மூன்றடுக்கு மாடி வீட்டைக் கட்டிவிட்டு அவன் தாழ்ந்த குடிசைக்குள் குனிந்து நுழையும்பொழுது. "அவன் பிறந்த வேளை மாளிகையில் வாழுகிறான்; நாம் வந்தவேளை குடிசையில் வாழுகிறோம்" என்று தான் எண்ணிக்கொண்டு நுழைவான். மூன்றாவது அடுக்கு மாடியில் நல்ல பொம்மைகள் அமைப்பான் ; அந்தப் பொம்மைகளை அழகுபடுத்து வதில் வர்ண ஜாலத்தைக் காண்பிப்பான். பொம்மைகள் கலைத்திறனைப் பேசுகிற அளவுக்குத் தன் கைத்திறனை எல்லாம் செலவழிப்பான். இவ்வளவும் செய்துவிட்டு அவன் பேசாமல் குடிசைக்குள் குனிந்து செல்லுவான் தான் ஏன் மாடிவீட்டில் வாழக்கூடாது-ஒருநிமிடமேனும் அதைப்பற்றி நினைக்கமாட்டான். காரணம் மாடிகள் கட்டி, மாடி

ஏறப்படிக்கட்டுகள் அமைத்து, படிக்கட்டுகள் வழியாக மாடி ஏறினால் மனதைக் கவர அழகான பொம்மைகள் வைத்து, ஆபத்துக்கிடையே வெய்யிலால் நெற்றியில் வழியும் வியர்வையைப் பார்க்காமல் கஷ்டப்பட்டு கட்டிடம் கட்டியும் கடைசியில் அந்த உப்பரிகையில் உல்லாசமாக உலவப்போகிறவன் ஒரு சீமான் ; அவனல்ல, இந்த உண்மையை தொழிலாளியும் அறிவான். மாடிப்படிக்கட்டுகளை கட்டும்பொழுது, அதன் வழியாக ஏறி உலவப் போகிறவன் வேறொருவன்; தானல்ல என்பதைக் தெரிந்துகொண்டுதான் கட்டுவான். நிலைக்கேற்ற நினைப்பில்லை. திருட்டுத்தனமாகக் கனிதேடி மரம் ஏறியவனுடைய நினைப்பு எப்படியிருக்கும்? எந்த அளவுக்கு அவன் நிலை உயர்ந்திருக்கிறதோ அந்த அளவுக்கு அவன் நினைப்பும் தாழ்ந்திருக்கும். முதலில் கனி பறித்து, பிறகு அவசர அவசரமாகத் தோட்டத்துக்குச் சொந்தக்காரன் வந்துவிடுவானோ, வந்துவிட்டால் என்ன செய்வானோ என்ற பயத்தில் செங்காய்களைப் பறித்து, அதன் பின் காய்களையும் பறிப்பான்.கனி பறிக்கையில் அவனது பாரத்தால் மரம் குலுங்கும்பொழுதெல்லாம் அவன் மனம் பயத்தால் குலுங்கும். அடிக்கடி தோட்டத்துக்குச் சொந்தக்காரன் வந்தால் எப்படிக் குதித்து எங்கு ஓடு வது என்று நினைப்பான். அவன் இருப்பது மரத்தின் உச்சியில் ; ஆனால், அவன் மனம் இருப்பது தரையில்; இங்கும் நிலைக்கேற்ற நினைப்பில்லை. காரணம், எப்படி மூன்றாவது அடுக்கு மாடியில் உலவும் தொழிலாளிக்கு அந்த மாடி வீடு சொந்தமில்லையோ, அதுபோல மர உச்சியில் கனி பறிப்பவனுக்கும் அந்த மரம் சொந்த மில்லை.

இதேபோலத்தான் ஒரு நாட்டினுடைய நிலையும் நினைப்பும். ஒரு நாட்டின் நினைப்பைப் பார்த்துத்தான் அந்நாட்டின் நிலை மதிப்பிடப்படும். மக்களுடைய நினைப்புகளின் மொத்தமே (கூட்டுத் தொகையே) ஒரு நாட்டின் நினைப்பாகும் என்பதை ஒரு கணம் ஞாபகப் படுத்தி கொள்ளவேண்டும். இப்பொழுது இந்தியா என்னும் துணைக் கண்டம் அதற்குரிய மக்களால்

ஆளப்படுகிறது. இந்தியாவின் தலைவிதியை நிர்ணயிப்பது இந்தியர்களே என்ற நிலை ஏற்பட்டிருக்கிறது. இந்த நாட்டை ஈடேற்றும் எந்தத் திட்டம் செல்வாக்குப்பெற ஆரம்பித்தாலும், அதற்கு எந்த ஆங்கிலர் தடைக்கல்லாய் இருப்பதாகச் சொல்லப்பட்டதோ, எந்த ஆங்கிலர் முட்டுக்கட்டையாக இருப்பதாகச் சொல்லப்பட்டதோ, எந்த ஆங்கிலர் எதிரியாக இருப்பதாகச் சொல்லப்பட்டதோ, அந்த ஆங்கிலர் இப்பொழுது ஆட்சியில் இல்லை. அந்நிய ஆட்சி மறைந்து தன்னாட்சி தோன்றியிருக்கிறது. நம்மை ஆளுவது நம்மவரே! பிற நாட்டாரல்ல!! இது நல்ல நிலை. நிலை உயர்ந்திருப்பதாகப் பொருள். ஆகையால் நியதிப்படி நினைப்பும் உயர்ந்திருக்கவேண்டும்.

மூன்றாவது அடுக்கு மாடியில் உலவும் தொழிலாளிக்கு அந்த மாடி வீடும், மர உச்சியில் கனி பறிப்பவனுக்கு அந்த மரமும் சொந்தமில்லாததால் அவர்கள் நிலை உயர்ந்திருந்தும் நினைப்பு தாழ்ந்திருந்தது. அவர்களே அவர்கள் கட்டுகிற வீட்டுக்கும், ஏறுகிற மரத்திற்கும் சொந்தக்காரர்கள் என்ற நிலை ஏற்பட்டிருந்தால் அவர்கள் நினைப்பும் உயர்ந்திருக்கும். இது நியதி. இப்பொழுது இந்தியா இந்தியருக்குச் சொந்தமாகி இந்தியாவை வறுமையாக்குவதோ, வளமாக்குவதோ இந்தியர் கையிலேயே இருக்கிறது. சொந்தமான நாட்டில் சுதந்தரமாக வாழும் நிலை ஏற்பட்டுவிட்டால், நினைப்பு இயற்கையாகவே உயர்ந்திருக்க வேண்டும். ஆனால், நாட்டின் நிலை உயர்ந்த அளவுக்கு நினைப்பு உயர்ந்ததாகத் தெரியவில்லை.

பொதுவாக இந்தியா— குறிப்பாகத் தமிழ்நாடு தாழ்ந்த நினைப்பில் இருக்கிறது. எங்கும் சமாதானத் தைப் பற்றிச் சந்தேகம் ! சுதந்திரம் கிடைத்தும் சுகம் கிடைக்குமா என்ற ஏக்கம் !! ஏன் இந்த இழிவான நினைப்புகள் ? சந்தோஷத்திற்குப் பதில் சந்தேகம். வருங்காலத்தைப்பற்றி

நெஞ்சில் ஆசை படருவதற்குப் பதில் அச்சம். ஏன்? தமிழ் நாட்டில் நிலை உயர்ந் திருக்கிறதா? முதலில் என்னை நானே கேட்டுக் கொள்கிறேன்; பிறகு உங்களைக் கேட்கிறேன். முன்னாளில் தமிழகத்தின் நிலை எவ்வாறிருந்தது? முன் னாளில் தமிழகத்தில் போர் என்றவுடன் வீரர்களின் புயம் வீங்கும்; அவர்கள் உள்ளம் கிளர்ந்தெழும், அரசர்கள் அன்பால் ஆட்சி செலுத்தினார்கள்; அவர் கள் ஆட்சியில் இப்பொழுது உள்ளத்தைப்போல தரித்திரம் தாண்டவமாடிய தில்லை. தன் மிகுதியால் தமிழர் பிறருக்குத் தானம் வழங்கினர். மொழி, கலை, நாகரிகம், பிற பிற நாடுகளில் இருந்ததைவிட சிறப்புற்றிருந்தன. ஒவ்வொருவரும் கட்டுமஸ்தான உடம்பைப் பெற்றிருந்தார்கள். அந்தச் செல்வம் நிறைந்த மகோன்னத காலத்தில் உள்ள தமிழ்நாட்டின் நினைப்புக்கும்,கலை,மொழி,நாகரிகம் பிற நாட்டுக்கு அடிமையாகி, செல்வம் சீரழிக்கப்பட்டு, மனிதர்கள் குகைக்குள் அடைபட்ட சிறுத்தையாகி, பேதா பேதத்தால் பிரிந்து ஒற்றுமையில்லாமல் வாழ வழியில்லாத நிலையில் இருக்கும் இக்கால நினைப்புக்கும் எவ்வளவோ வேறுபாடுகள் உண்டு. சங்க காலத்திலுள்ள தமிழ் நாட்டின் நினைப்புக்கு இந்நாள் தமிழ் நாட்டின் நினைப்பு எவ்வளவோ தாழ்ந்திருக்கிறது. எனது வாதத்திற்குத் துணையாக அகநானூறு, புறநானூறு, குறுந்தொகை, பட்டினப்பாலை, தொல்காப்பியம் ஆகியவைகளைச் சாட்சிக் கழைக்கிறேன்.

இக்காலத்தில் உலவும் நாசத்தை விளைவிக்கும் நம்பிக்கைகளை அக்காலத்தில் காணமுடியாது. தமிழர் எண்ணம் பிறருக்கு அடிமையாகாதிருந்த காலத்தில் எப்படிக் காண முடியும்? அகநானூறு, புறநானூறு களில் எந்தத் தமிழ்நாட்டு மன்னனாவது போருக்குக் கிளம்பும்பொழுது, படை கிளம்பும் முன் யாகம் செய்தான் என்றோ, பரமசிவத்திடம் பாசுபதம் பெற்றான் என்றோ எங்கேயாவது பாடலுண்டா? அல்லது படை கிளம்பி எதிரிகளுடன் போரிடும்பொழுதாவது வரு ணாஸ்திரம், வாயுவாஸ்திரம், மோகனாஸ்திரம், அக்கினி யாஸ்திரம் ஆகிய அஸ்திரங்களில்

எந்த அஸ்திரமாவது எதிரியை வீழ்த்தியபோது உதவியதாக எங்காவது பாடல் இருப்பதாகச் சொல்லமுடியுமா? பின் எப்படிப் போர் நடந்திருக்கும்? தமிழ் மன்னர்கள் வெற்றி பெற்றிருப்பர்; போர் என்றதும் வீரர்கள் கூடியிருப்பர்; பட்டாளம் அணிவகுக்கப்பட்டிருக்கும்; போர் முரசு கொட்டியிருப்பர்; வஞ்சிகள் சூடியிருப்பர்; பாணங்கள் தொடுத்திருப்பர்; தூதுவர் சென்றிருப்பர்; கொடி இறக்கப்பட்டிருக்கும்; அகழிகளை வெட்டியிருப்பார்கள்; வாய்க்கால்களைத் தாண்டியிருப்பார்கள்; ஆறுகளை நீந்திருப்பார்கள்; ஆரண்யங்களைக் கடந்திருப்பார்கள்: அவர்கள் தோள் வீங்கியிருக்கும்; கண்கள் சிவந்திருக்கும்; வேல் எறிந்திருப்பர்; அது எதிரியின் விலாவில் பாய்ந்திருக்கும்; வெற்றி கிடைத்திருக்கும். பரணி பாடியிருப்பர்! இப்படித்தான் தமிழகத்தில் போர் நடந்ததாகப் பழம் பெரும் காப்பியங்களில் காணமுடியுமேதவிர வேறுவிதமாகக் காண முடியாது.

தமிழ் மன்னன் போர் என்று அறிவித்ததும். போர்ப் பிரதானியர் புடைசூழா முன் குரு வந்தார்; கொலு மண்டபத்திலுள்ள மந்திரிகள், மக்கள் அனைவரும் எழுந்து நின்றனர். மன்னன் சிம்மாசனத்திலிருந்து இறங்கி ஓடிவந்து குருவை வரவேற்று ஓர் ஆசனத்தில் அமரவைத்தான். குரு அனைவரையும் ஆசீர்வதித்தார். பிறகு குரு பேசுகிறார்.

குரு :— ராஜன் ! போருக்குக் கிளம்புவதாகக் கேள்விப்பட்டேன் !

அரச:— ஆம்! குருதேவா! அதற்குத் தங்கள் அனுக்கிரகம் வேண்டும்.

குரு :— ராஜன்! அப்படியானால் எந்தப் பக்கம் படையெடுக்க உத்தேசம்?

"உத்தேசமென்ன, ஸ்வாமி, தங்கள் உபதேசம்; மிதிலாபுரி மீது என்று மன்னன் கூறினான்.

உடனே குரு "யோசித்துச் செய். வடகிழக்கில் வால் நட்சத்திரம் தோன்றியிருக்கிறது. மன்னனுக்கு ஆகாது என்பார்கள். மேலும் இம்மாதம் நவக்கிரகங்கள் சரியாயில்லை ; திசை மாறியிருக்கின்றன. ஆகையால் போர் தொடங்குமுன், ஓர் யாகம் நடத்தவேண்டும். அந்த வேள்வி வெற்றிகரமாக முடிந்தால்தான் உமக்குப் போரில் வெற்றி கிட்டும்" என்று கூறினார். மன்னன் அதற்கு வேண்டிய ஏற்பாடுகளைச்செய்தான். யாகம் நடந்தது. நெய்யை அக்கினியிலிட்டு வேதம் ஓதினர். ஓமப் புகை கிளம்பியது ; ஆடு, கோழி அறுக்கப்பட்டது. பிறகுதான் நமது மூதாதையர்களுக்குப் போரில் வெற்றி கிட்டியது என்பதாக எங்காவது பாடல்களைக் காட்டமுடியுமா? அத்தகைய காட்டமுடியாத நிலை தமிழகத்தில் எத்தகைய நினைப்பைத் தந்திருக்கும். இயற்கையாகவே நல்ல உயர்ந்த நினைப்புகளைத் தந்தது. இடைக்காலத்தில் வந்து புகுந்த யாகம், யோகம், மாகாளி, திரிசூலம், ஜெபமாலை, கமண்டலம் ஆகியவைகள் தாழ்ந்த நினைப்பைத் தந்தன, தமிழர் நிலை தாழ்ந்தது ; அயல் நாட்டார் நமது நினைப்பைக் கேட்டு, கேலிசெய்கிற அளவுக்குத் தாழ்ந்தது.

நண்பர், தலைவர் மதியழகன் நான் வருங்காலத்தில் தமிழ்நாட்டின் தூதுவனாக மேல்நாட்டுக்குச் செல்ல வேண்டுமென்று கூறினாரே, நான் வேண்டாம்; வேறு யாராவது ஒருவர் மேல்நாடு செல்லுகிறார் என்று வைத்துக்கொள்வோம். சென்றவரைப் பார்த்து மேல் நாட்டா ரொருவர், "ஆம்! தோழரே!! உமது நாட்டில் பேசப்பட்டுவரும் வாயுவாஸ்திரம் எவ்வளவு வல்லமை வாய்ந்தது, அதை எப்படிச் செய்வது, பிரயோகிப்பது?" என்று கேட்டால் நமது தமிழகத்தின் தூதர் என்ன பதில் சொல்லுவார். ஆனால் அவரே

அகநானூறு, புறநானூறு காலத் தமிழ்நாட்டின் தூதுவராக ஜினிவாவோ அல்லது அமெரிக்காவோ சென்றிருந்தால் எப்படி அவரது நிலை இருந்திருக்கும்? அது எத்தகைய நினைப்பைத் தந்திருக்கும்? வாயுவாஸ்திரத்தைப் பற்றிய சர்ச்சை இருக்காது. எனவே 'எப்படிப்பதில் கூறுவது?' என்று இன்றைய தமிழ் நாட்டின் தூதுவருக்குத் தோன்றிய பிரச்சனையும் தோன்றியிருக்காது. பெருமிதத்துடன் தமிழ் நாட்டின் வேல், வில்லின் சிறப்பைப்பற்றியும், வீரத்தைப்பற்றியும், போர் முறையைப்பற்றியும் பேசும் நிலை ஏற்பட்டிருக்குமே! ஏன் இப்பொழுது அந்த நிலை இல்லை. அந்த நிலை எப்படி மாறியது? சிந்தித்துப் பார்க்கவேண்டும், தமிழனுடைய கலாசாரம், பழக்க வழக்கம், பண்பு, நாகரிகம் யாவும் சங்க காலத்திற்கும் இக்காலத்திற்கும் மாறுபட்டிருக்கக் காரணம் என்ன? ஆரியர்... திராவிடர் பிரச்சனையை மறந்தே யோசித்துப் பாருங்கள். என்ன பதில்? இன்று ஆரியரும் திராவிடரும் இரண்டறக் கலந்துவிட்டதாகக் கூறப்படுகிறது. அப்படிக் கலந்துவிட்டதாகவே ஒப்புக்கொள்ளுகிறேன், வாதத்திற்காக, இதற்கு (கலப்பதற்கு) முன்பு? பல்கலைக் கழகத்திலே நீங்கள் படிக்கிற பாடம் ஆரியர் என்றோர் இனம் அல்லது கூட்டம் பன்னெடும் ஆண்டுகளுக்கு முன்பு ஆசியாவிலிருந்து இந்தியா நோக்கி வந்தது. யாரும் மறுப்பதில்லை. வரும்பொழுது அவர்கள் ஆடு. மாடு ஓட்டிக்கொண்டு வந்தார்கள்; மறுக்கவில்லை. ஓட்டிக்கொண்டு வந்தவர்கள் சில நாட்களில் சிந்து நதி தீரத்தில் ஆரியாவர்த்தத்தைப் படைத்தார்கள்: மறுக்கவில்லை. அப்பொழுது தெற்கே தமிழ்நாடு இருந்தது ; மறுக்கவில்லை. தமிழ் நாட்டில் இருந்தவர்கள் தமிழர்கள் ; மறுக்கவில்லை. தமிழர்களுக்கென்று ஒரு தனிப் பணிபு இருந்தது ; இதையும் மறுக்கவில்லை. தமிழ் நாட்டில் குடியேறிய ஆரியர்கள் சற்றேறக் குறைய 3,000 ஆண்டுகளுக்கு முன் வந்தனர்; இதையும் மறுக்கவில்லை. ஆகவே, ஆரியர்கள் தமிழ் நாட்டிற்கு வந்தவர்கள்; வந்தபொழுது தமிழர்கள் உன்னத நிலையில் இருந்தனர்- என்பதை எவரும் மறுப்பதில்லை. யாவரும் ஒப்புக்கொள்கின்றனர்.

தமிழ்நாட்டில் குடியேறிய ஆரியர்கள் தமிழர்களைப் பார்த்து என்ன எண்ணியிருப்பார்கள்? பச்சைப் புற்றரைக்கே பஞ்சமான நாட்டிலிருந்து வந்தவர்களின் மனதிலே, தமிழகத்திலுள்ள மாந்தோப்புகளும் மண்டபங்களும், சாலைகளும் சோலைகளும், குன்றுகளும் கோபுரங்களும், வாவிகளும் வயல்களும், எத்தகைய எண்ணங்களைத் தந்திருக்கும்? நிச்சயம் தமிழர்களைப் பார்த்து அவர்கள் கேட்டிருப்பார்கள், 'மெல்லிய ஆடை அணிந்திருக்கிறீர்களே, அது ஏது' என்று. தமிழர்கள் 'அது எங்கள் கைத்திறமை ; இந்திரன் தந்த வரப்பிரசாதமல்ல' என்று கூறியிருப்பார்கள். 'இமயம் வரைசென்று உங்களது இலச்சினையைப் பொறித்திருக்கிறீர்களே, அது எப்படி' என்று கேட்டிருப்பார்கள். அதற்குத் தமிழர்கள் 'அது கருடாழ்வார் கடாட்சத்தாலல்ல, எங்கள் தோள் வலிமையினால், என்று கூறியிருப்பார்கள். இன்னும் 'உங்களது இசை இன்பமாயிருக்கிறதே, அது எப்'படி' என்று ஆரியர்கள் தமிழர்களைப் பார்த்துக் கேட்டிருப்பார்கள். அதற்குத் தமிழர்கள் நாரதர் தந்தியில் மீட்டிடும் தேவகானமல்ல; நாங்கள் கண்டு பிடித்த யாழின் தன்மையது' என்று கூறியிருப்பார்கள். மீண்டும் 'அந்த யாழ் ஏது' என்று கேட்டிருப்பார்கள். 'அது திருப்பாற்கடலில் கடைந்தெடுத்ததல்ல; எங்கள் இசையறிவில் கடைந்தெடுத்தது' என்று கூறியிருப்பார்கள். ஆரியர்கள் முத்தைப் பார்த்து 'அது என்ன!' என்றியிருப்பார்கள். 'அது தேவலோகத்துச் சரக்கல்ல; எமது தீரர்கள் கடல் முழுகிக் கண்டெடுத்த முத்து' என்றிருப்பார்கள் தமிழர்கள். அந்தக் காலநிலை அவர்களுக்கு அத்தகைய நினைப்பைத்தான் தரும். இது வரலாறு கூறுகிற விஷயம். வரலாற்று ஆசிரியர்களும் அறிவார்கள். ஒரு காலத்தில் ஆரியர்கள் வெளிநாட்டிலிருந்துவந்தவர்கள்; வந்தவர்கள் வறண்ட நாட்டிலிருந்துவளமான நாடு தேடி வந்தார்கள்; வளமுள்ள நாட்டில் புதிதாக உலவியபொழுது அச்சத்துடனேயே உலவினார்கள் என்பதை. இது வரலாற்று ஆசிரியர்

உங்களுக்குக் கற்றுக்கொடுக்கிற பாடம். உங்களுக்குக் கற்றுக் கொடுக்கிறார்களோ என்னவோ, இது எனக்கு என் வரலாற்று ஆசிரியர் கலாசாலையில் கற்றுக்கொடுத்த பாடம். கற்றுக்கொடுத்த பாடத்தை மறப்பது ஆசிரிருக்கு அறமாகாது. கற்றுக் கொண்டி பாடத்தை மறப்பது எனக்கு அழகுமல்ல. குரு சொல் தட்டிய குற்றத்திற்கும் உள்ளாகிறேன்! ஆகவே நான் கற்றதைக் கூறுகிறேன்.

வளமான நாடு, அதில், வளைந்து வளைந்து செல்லும் வாய்க்கால்கள். வாய்க்கால்களுக்குப் பக்கத்தில் வயல்கள், வயல்களுக்குப் பக்கத்தில் சாலைகள், சாலைகளுக்குப் பக்கத்தில் குன்றுகள், குன்றுகளைத் தொட்டுத் தடவும் மேகங்கள். மேகங்கள் தரும் மழைத்துளிகள், மழைத்துளி கண்டு மகிழ்ச்சியுறும் மக்கள் - இவைகளைப் பார்க்கும் வெளியிலிருந்து வந்த ஆரியர்கள் என்ன எண்ணியிருப்பார்கள். என்ன எண்ணுவார்கள், என்ன எண்ணியிருக்க முடியும்?

சென்னை, பட்டப்பகல் 12 மணி நேரம். தார் ரோடு இளகியிருக்கிறது. ஒருவன் நடந்து செல்லுகிறான். மற்றொருவன் பக்கத்தில் போட்டா மடி வேட்டி கட்டிக்கொண்டு மெருகு கலையாத காரில் செல்லுகிறான். காரைப்பார்த்து நடந்து செல்லுகிறவன் என்ன நினைப்பான்? நாம்தான் தினம் விதண்டாவாதக் காரர்கள். வேத வேதாந்திகள். உத்தமோத்தமர்கள் என்ன எண்ணுவார்கள்? "நாம் நடந்து செல்லுகிறோம்; அவன் பறந்து செல்லுகிறான். நான் ஒதுங்கி நிற்கிறேன்; அவன் என்னை உராய்ந்துகொண்டு காரில் செல்லுகிறான். அவனும் மனிதன்: நானும் மனிதன். அனைவரும் ஆண்டவனின் புதல்வர்கள். அவன் பிறந்த வேளை காரில் செல்லுகிறான்- நான் பிறந்த வேளை நடந்து செல்லுகிறேன்" என்று எண்ணுவார்களா! எப்படி எண்ணுவார்கள்? ஏன்? எண்ணவேண்டும்? நடந்து செல்லுகிறவன் எண்ணமாட்டானா "ஏ, ஆண்டவனே!

இருவரும் உனது புதல்வர்கள்தான்; இருந்தும் வெயிலின் வேகத்தைத் தோற்கடிக்க அவனுக்குக் கார்: சிரமப் படாமல் செல்வதற்குச் செல்வம்; நான் நடந்து செல்லுகிறேன்; எனக்குக் காலுக்குச் செருப்புக்கூட வாங்கமுடியாதபடி தரித்திரம். இது ஏன்?" இது மாத்திரம் எண்ணியிருக்க மாட்டான்: மேலும் தொடர்ந்து எண்ணி யிருப்பான்.

ரோட்டில் நடந்து செல்லுகிறவன் காரில் செல்லுகிறவனை முதலில் பார்த்ததும் ஏக்கப்பட்டிருப்பான் ; அருகில் வந்ததும் அசூயைப்பட்டிருப்பான். இவன் ஒதுங்கி ஓடும்படி அவன் மோதுவதுபோல் காரில் வந்தபோது கோபப்பட்டிருப்பான். கோபம், அவனைப்போல் நாமும் ஒரு காரில் செல்லவேண்டும், முடியுமானால் அவனுடையதை விட ஒரு உயர்ந்த ஊர்தியில் அவனை உராய்ந்துகொண்டு செல்லுவது போல் செல்லவேண்டும் என்ற எண்ணத்தைக் கிளறும். அது காரில் செல்லுகிறவனை அழிக்கும் வேலையை உருவாக்கும். இது சகஜம்! அவன் நிலை அவனுக்கு அத்தகைய நினைப்பைத் தருகிறது. வளமுள்ள தமிழ் நாட்டைப்பார்த்து, வறண்ட நாட்டிலிருந்து வந்து ஆரியர்கள் தமிழ்நாட்டின் செல்வத்தைப் பார்த்து இப்படி எண்ணுவதிலிருந்து தப்பியிருக்க முடியாது;

பட்டப்பகல் பனிரண்டு மணி நேரத்தில் சென்னை தார்ரோட்டில் காரில் செல்லுகிறவனைப் பார்த்து நடந்து செல்லுகிற ஏழை எண்ணியதைப் போலத்தான் அவர்கள் தமிழர்களைப் பார்த்து எண்ணியிருக்க முடியும். அந்தக் காலம் இருக்கட்டும். அண்மையில் பர்மாவை ஜப்பானியர் பிடித்துக்கொண்ட பொழுது, செல்வமுள்ள பர்மாவைப் பார்த்து ஜப்பானியர்கள், என்ன எண்ணினார்கள், என்ன எண்ணியிருப்பார்கள். என்ன எண்ணியிருக்க முடியும்? பர்மா அரிசியைப் பார்த்ததும் இது நல்ல அரிசியாய் இருக்கிறதே. உங்களுடைய நெற்களஞ்சியங்களைக் காட்டுங்கள் என்றிருப்பார்கள். வெள்ளியைப் பார்த்ததும் உங்களுடைய

இரும்புப் பெட்டியைக் காட்டுங்கள் என்றிருப்பார்கள்.பயந்த பர்மியர்கள் தங்கள் நெற் களஞ்சியங்களையும், இரும்புப் பெட்டிகளையும் ஜப்பானியர்களுக்குக் காட்டியிருப்பார்கள்.காட்டத் தவறியவர்களை ஜப்பானியர்கள் சுட்டுத் தள்ளியிருப்பார்கள். இதுதான் நடந்திருக்கும். இதேபோல் தான் சற்றேறக்குறைய *3,000* ஆண்டுகளுக்கு முன் தமிழ் நாட்டைப் பார்த்ததும் ஆரியர்கள் எண்ணியிருப்பார்கள். வளமுள்ள நாடும், அதில் வளைந்து வளைந்து செல்லும் ஆறும், அதற்குப் பக்கத்தில் வயல்களும் இருக்கக் கண்ட ஆரியர்கள் அத்தகைய செல்வமுள்ள நாடு தங்களுக்கில்லையே என்று ஏங்கியிருப்பார்கள். ஆனால், தமிழர்களைப் பார்த்து நெற் களஞ்சியங்களையும் பணப் பெட்டிகளையும் காட்டச்சொல்லிக் கேட்டிருக்க மாட்டார்கள். கேட்கவில்லை, கேட்க தைரியமில்லை, தைரியமிருக்க, கையில் மருந்தில்லை ; பர்மியர்களைப்போல், தமிழ் நாட்டில் செல்வங்களைக் கண்டிருப்பார்கள். மித மிஞ்சிய போக போக்கியத்தில் புரளும் தமிழர்களையும் கண்டிருப்பார்கள், அசூயைப் பட்டிருப்பார்கள், அபகரிக்கவும் நினைத்திருப்பார்கள், ஏழை காரில் செல்லுகிறவனைக் கண்டு நினைத்ததைப் போல, ஆனால் அபகரிக்க வேண்டுமென்று நினைத்திருப்பார்களே ஒழிய தமிழர்களிடையே அச்சத்தைப் புகுத்தியிருக்க மாட்டார்கள். அதாவது நெற் களஞ்சியங்களை, பணப்பெட்டிகளை, பத்திரப் பீரோக்களைக் காட்டத்தவறிய பர்மியர்களை ஜப்பானியர்கள் சுட்டு வீழ்த்தியதைப்போலத் தமிழர்களை ஆரியர்கள் சுட்டு வீழ்த்தவில்லை. சுட்டு வீழ்த்தவில்லையே தவிர, தமிழர்களது நெற்களஞ்சியங்களையும், பணப்பெட்டிகளையும் கண்ட ஆரியர்கள் அவைகளை அபகரிக்கச் சூதான திட்டமிட்டார்கள். . ஜப்பானியர்களுக்கும் ஆரியர்களுக்கும் எண்ணியதை நிறைவேற்றக் கடைப்பிடித்த மார்க் கங்களிலே வேறுபாடு இருக்கலாமே ஒழிய, எண்ணிய எண்ணங்களில் இம்மியளவும் மாறுபாடு இல்லை, அந்த விபரீத எண்ணங்களின் விளைவுதான் தமிழகத்தின் கானகங்களில் கங்கைக் கரையில் உலவியவர்களின் கூட்டம், யாகம்,

ஓமப்புகை, வேத ஒலி கேட்கும் நிலை முதலியன தோன்றின; தமிழில் ஆரியம் கலந்தது; தமிழகத்துடன் ஆரியாவர்த்தம் ஐக்கியமானது. பிறகு கேட்கவேண்டுமா? பாசறைகளுக்குப் பக்கத்தில் பர்ணசாலைகள், அரண்மனைகளுக்குப் பக்கத்தில் ஆஸ்ரமங்கள், மன்னர்களுக்குப் பக்கத்தில் மாடல் மறையவர்கள் என்ற நிலை ஏற்பட்டது. தனிநிலை கெட்டது. நிலை கெடவே நினைப்பும் கெட்டது; அயல் நாட்டார் கண்டு கேலிசெய்கிற அளவுக்குக் கெட்டது.

இப்பொழுது நீங்கள் கேட்கலாம். 'ஆரியர்கள் தமிழ்நாட்டிற்கு வந்தபோது தமிழர்களுக்குத் தனிப்பண்பு இருந்ததாகக் கூறினீர்களே, அந்தத் தனிப்பண்பு ஜீவித்திருக்க முடியாமல் - போனதற்குக் காரணம் என்ன? அயல் நாட்டார் தங்களுடைய நினைப்பைக் கண்டு கேலி செய்கிற அளவுக்குத் தமிழர்கள் தங்களுடைய தனிப் பண்பு கெட ஏன் பார்த்துக்கொண்டிருந்தார்கள்?' என்று. நான் உங்களுக்குக் கூற ஆசைப்படுகிறேன் ; " நிலைக்குத் தக்கவாறு பண்பும் மாறும். செல்வம் உயர்ந்திருந்தால் மனப் பண்பு உயர்ந்திருக்கும். எளியவரைக் கண்டால் இரக்கம் காட்டச் சொல்லும். மனதிலே தாராளம் இருக்கும். பேச்சிலே பெருமிதம் தோன் றும், எடுத்துக்காட்டாக, மாலைநேரம் ஒரு வாலிபன் தன் நண்பர்கள் புடைசூழ, நன்றாகச் சாப்பிட்டு விட்டுக் காபிகிளப்பிலிருந்து வெளியில் வருகிறான் என்று வைத்துக்கொள்வோம், வருகிற வாலிபனைப் பார்த்து ஒரு பிச்சைக்காரன் "சாமி, காலணா காசு, சாமி!" என்று கேட்பான். உடனே வாலிபன் ஒரு அணாவை வீசி எறிவான். பீடாவைப் போட்டுக் கொண்டே இன்னும் கொஞ்சதூரம் சென்றவுடன் வாலிபனைப் பார்த்து இன்னொரு பிச்சைக்காரன் 'ஐயா....'என்று கையை நீட்டுவான். இல்லை என்னாமல் காலணா காசு கொடுப்பான். இன்னும் கொஞ்சதூரம் சென்றவுடன் அதே வாலிபனைப் பார்த்து மற்றொரு பிச்சைக்காரன் 'ஐயா....' என்றால் 'சீ போ! போடான்னா போ!" என்று கூறிவிட்டு தன் நண்பர்களைப் பார்த்து *"Nowadays I don't agree with the Beggar problem Sir,"* என்று சொல்லுவான், கொஞ்ச

நேரத்தில் ஒரு வாலிபனுடைய உள்ளம் மாறக் காண்கிறோம். முதலில் காலணா கேட்ட பிச்சைக்காரனுக்கு ஒரு அணாவை வீசி எறிந்த அதே வாலிபன்தான் மூன்றாந் தடவையாக பிச்சைக்காரனைச் சந்தித்தபோது "சீ! போடா!!" என்று ஏசுகிறான். காரணம் காபி கிளப்பை விட்டு வெளிவந்தபோது இருந்த ஆனந்தம் மாறி, கையில் காசு குறைய ஆரம்பித்தவுடன் வழக்கமாக அவனுடைய மனம் மாத்திரம் என்ன, எவனுடைய மனமும், அந்த நிலையில் அப்படி மாறித்தானே ஆகும்!

சாதாரண ஒரு பணக்கார வாலிபனுடைய நிலையே இப்படி என்றால், போக போக்கியத்தில் புரண்ட தமிழர்களுடைய நிலை எப்படி இருந்திருக்கும்? செல்வத்தில் புரண்ட தமிழர்களின் நினைப்பு முதலில் ஆரியர்களைக் கண்டதும் காபி கிளப்பை விட்டு முதலில் உல்லாசமாக வெளிவந்த வாலிபனுடைய நினைப்பைப்போலவே இருந்தது. தமிழகத்திலே செல்வத்திற்கு என்ன குறைவு. கடலிலே முத்து, - சுரங்கத்திலே தங்கம், காட்டிலே அகில், நஞ்சை புஞ்சை வெளிகளிலே நெற்களஞ்சியங்கள், பாசறைகளிலே போர்க் கருவிகள், கையிலே செல்வம், மனதிலே தாராளம் - இவ்வளவையும் பெற்றிருந்த தமிழர்கள் எளிய நிலையிலிருந்த ஆரியர்களைக் கண்டு இரக்கப் பட்டார்கள். தாராளமாக, தனத்தை அள்ளி அள்ளி அவர்களுக்குக் கொடுத்தார்கள். தாங்கள் தரித்திரராகி விடுவோம் என்பதை மறந்தார்கள். அவர்கள் தத்துவங்கள், நினைப்புகள், நம்பிக்கைகள் ஆகியவைகளுடன் தமிழர்கள் நினைப்பு கலந்தால் என்னவாகும் தங்கள் தனிப்பண்பு என்பதைப் பற்றி அலட்சியமாயிருந்தார்கள்; கவலைப்படவில்லை. தானம் தொடர்ந்து நடந்து வந்தது. ஆரண்யங்களிலும். சாலை ஓரங்களிலும், கோபுர வாசலிலும் வாழ்ந்து வந்த ஆரியர்கள், மாட வீதியில் குடியேற ஆரம்பித்தார்கள். எங்கும் ஓமப்புகை, வேதொலி பரவியது. தமிழர்களின் தனமும் குறைந்தது; தனிப்பண்பும் கெட்டது.

கொஞ்சமாகக் குறையவும், கெடவும் ஏற்பட்ட பொழுது முதல் இரண்டு தடவை பிச்சைக்காரனுக் குக் காசு கொடுப்பதால் பையிலுள்ள பணம் குறைவதைப் பற்றி காபிகிளப்பை விட்டு வெளிவந்த வாலிபன் அலட்சியமாக இருந்ததைப் போலவே தமிழர்களும் ஆரியர்களிடம் தங்கள் தனம் போய்ச் சேருவதைப்பற்றி அலட்சியமாயிருந்தார்கள், அதிகமாகச் செல்வம் குறைந்து தமிழர்கள் கோட்பாடுகளுக்குள்ள செல்வாக்கும் குறைய ஆரம்பித்தவுடன், தமிழர்களுடைய நினைப்பும் மாறிவிட்டது. வளம் வறண்டவுடன் மனதிலே உள்ள தாராளம் சுருங்கிவிட்டது. தாராளம் சுருங்க ஆரம்பித்ததும் நினைப்பு, தனம் சென்ற பக்கம் நோக்கிச் செல்லுகிறது. தமிழர்கள் "எப்படி தரித்திரரானோம்?" என்று தங்கள் மனத்தைத் தாங்களே கேட்டுக் கொள்கிறார்கள். அந்த விசாரணையின் தீர்ப்புத் தான், பிரஞ்சுக்காரர்கள் படையெடுப்புக்கு முன், பிரிட்டிஷார் படையெடுப்புக்கு முன், டச்சுக்காரர்கள் படையெடுப்புக்குமுன், போர்த்துக்கீசியர்கள் படையெடுப்புக்குமுன், ஆப்கானியர் படை யெடுப்புக்குமுன், அராபியர் படையெடுப்புக்குமுன், மகா வீரன் அலெக்சாண்டர் படை யெடுப்புக்கு முன் இந்தியாவின் வடமேற்குக் கணவாய் வழியாக வந்த ஆரியர்கள் தமிழ் நாட்டில் குடியேறிய காலந்தொட்டு தமிழகம் க்ஷணதிசை அடைந்தது. அடைந்திருக்கவேண்டும். அவர்கள் கலப்பால்தான் தமிழ் நாட்டின் நிலை தாழ்ந்தது. நினைப்பும் தாழ்ந்தது என்று வரலாற்றில் இல்லை. ஆனால் ஆரியர்கள் சிந்துநதி தீரத்திலிருந்து தக்காணம் நோக்கி வந்த போது தமிழகத்தில் செல்வம் கொழித்திருந்தது; தமிழர்கள் நெஞ்சில் நல்லெண்ணங்கள் குடிகொண்டிருந்தன என்பதுவும், ஆரியர்கள் குடியேற்றத்திற்குப் பிறகு செல்வம் குறைந்திருக்கிறது, நல்லெண்ணங்கள் மறைந்து நச்சுக் கொள்கைகள் குடிகொண்டிருக்கின்றன என்பதுவும் வரலாற்று உண்மைகள். இதை யாரும் ஒப்புக்கொள்கிறார்கள்; மறுப்பதில்லை. எனவே ஆரியர்களது வேத இதிகாச

கருத்துக்கள், அகநானூறு புறநானூறு கருத்துக்களை மறைத்து பிரகாசிக்கத் தொடங்கியவுடன் தமிழர்களின் நினைப்பு கெட்டு, நினைப்புக் கெடவே, நிலையும் கெட்டிருக்கவேண்டும் என்பது என் யூகம். வரலாற்று ஆசிரியர்கள் அது பற்றி ஆராய்ச்சி செய்யட்டும்.

ஏதோ தரித்திரராகிவிட்டோம்; நமது நிலையும் நினைப்பும் தாழ்ந்திருக்கிறது. இனியாவது தரித்திரராகாமல் இருக்க, நமது நிலையும் நினைப்பும் தாழ்ந்து போகாமல் இருக்க, ஒரு வழி வகுக்கவேண்டும் என்பதே என் அவா. பழங்கால தமிழகத்தைப் பற்றி, அதன் சிறப்பைப்பற்றி, அதில் வாழ்ந்த தமிழர்களின் வாழ்க்கை முறையைப் பற்றி, காதலைப் பற்றி, பண்பைப் பற்றி இன்று நாட்டின் பெரும் பகுதியினரான பாமர மக்களுக்குத் தெரியாது. பல்கலைக் கழகத்தில் படிக்கும் ஒரு சிலருக்குத்தான் தெரியும். தெரிந்த நம் நெஞ்சில் மீண்டும் தாழ்ந்த தமிழகத்தை உயர்த்தவேண்டும் என்றும், இன்று மக்கள் மனதில் படிந்திருக்கும் மூடநம்பிக்கைகளைத், தமிழ்ப் பண்பாட்டிற்கு மாறான கருத் துக்களை அகற்றி ஆங்கே பண்டைய உயர்ந்த கருத்துக்களைக் குடியேற்ற வேண்டும் என்றும் நினைப்பு தோன்றியிருக்கின்றன. இந்த நினைப்புகள் பாமர மக்கள் மனதிலும் தோன்ற நாட்டில் எங்கும் அறிவுப் பிரசாரம் செய்யப்படவேண்டும். பண்டைய நம் பண்புகள் பற்றி ஏட்டிலே உள்ளவைகளை நாட்டிலே உள்ள மக்களுக்கு எடுத்துச் சொல்ல வேண்டும்.

இப்பொழுது உங்களுக்கு மாத்திரமல்ல பரிட்சை நடக்கப்போகிறது; தமிழகத்திற்கும் தற்காலம் பரிட்சை நேரம். நீங்கள் படிக்கிறீர்கள் உங்களுக்கு ஆசிரியர்கள் சொல்லிக் கொடுக்கிறார்கள். நீங்கள் பரீட்சையில் தேறிவிடலாம். ஆனால் தமிழ்நாடு பரீட்சையில் தேற வேண்டுமே! பரிட்சைக்குப் போகும் தமிழ்நாட்டிற்கு யார் பாடம் சொல்லிக் கொடுப்பது? தமிழ் நாட்டிற்குப் போதனை செய்வதற்கு மாணவர்களைத் தவிர வேறு யார்

இருக்கிறார்கள்? உங்களைக் கேட்கிறேன்: ஆசிரியர்களைக் கேட்கிறேன்; என்னை நானே கேட்டுக்கொள்கிறேன்; நீதியைக் கேட்கிறேன்; அறிவைக் கேட்கிறேன்; வெட்டவெளியில் நின்று ஆகாயத்தைப் பார்த்துக் கேட்கிறேன்? எதிரொலியாவது பதில் தரட்டும். மாணவர்களைத் தவிர வேறு யார் இருக்கிறார்கள் தகுதியானவர்கள்.

"யவன நாட்டுக் கலங்கள் தமிழ்நாட்டுக் கடற்கரையை முத்தமிட்டன. தமிழ் நாட்டு முத்துக்களை இத்தாலிய நாட்டு எழிலரசிகள் தங்கங்களைக் கொடுத்து வாங்கினார்கள்; தமிழ் நாட்டு மன்னன் ஒருவன் ஈழநாடு சென்று வெற்றி பெற்றான்; இமயத்தில் சேர சோழ பாண்டியர்களது இலச்சினைகள் பொறிக்கப்பட்டது: தமிழர்களை எதிர்ப்பவர்கள் கிடையாது; எட்டுத்திக்கும் வெற்றிமுரசு கொட்டினார்கள்; போரும் காதலும் அவர்கள் போற்றிய பொருள்கள்' என்றெல்லாம் பண்டைத் தமிழ்நாட்டின் நிலையைப்பற்றி எடுத்துக் கூறினால்தான், பாமர மக்களும் நாம் ஆசைப்படுவதுபோல மீண்டும் தமிழ் நாட்டில் செல்வம் தழைக்கவேண்டும், நல்லெண்ணங்கள் நினைக்கவேண்டும் என்ற நினைப்பைப் பெற முடியும்,

ஆனால் அரசாங்கம் இப்படித் தமிழனின் பண்டைப் பெருமையை எடுத்துக்கூறி இன்று மனதில் படர்ந்துள்ள மூட நம்பிக்கைகளை அகற்றுமாறு பகுத்தறிவுப் பிரசாரம் செய்வதை ஆபத்து என்று கருதுகிறது. பல்கலைக் கழகத்தில் பாடப் புத்தகங்களில் பகுத்தறிவு புகுத்தப்படுவதைத் தடை செய்கிறார் கல்வி மந்திரியார். மறைந்த வரலாற்றை மக்களுக்குக் கூறுவது சர்க்காருக்கு வகுப்புத் துவேஷமாம். நான் நிச்சயமாகச் சொல்லுகிறேன். மாணவர்களை எங்களுடைய பிரச்சாரங்களைக் கேட்கவேண்டாம் என்று தடுத்தாலும், பல்கலைக் கழகத்தை மூடினாலும், பகுத்தறிவுக்குத் தடைவிதித்தாலும் பிரச்சாரத்தைச் சட்ட

விரோதமாக்கினாலும், அறிவுப் பஞ்சமே உண்டாக அரசாங்கம் ஏற்பாடு செய்தாலும், மண்டபங்களிலே மாந்தோப்புகளிலே, மலைச்சரிவிலே, மரநிழலிலே, பாதை ஓரத்திலே, நாங்கள் பிரசாரம் செய்வோம். எங்களுடைய குரல் எங்கும் எட்டித்தான் ஆகும். எங்களுடைய கருத்து யாருடைய மனதிலே படவேண்டாம் என்று கருதினார்களோ அவர்களுடைய மனதில் புகுந்தே தீரும். மூன்று அடுக்கு மேல்மாடியின் படிக்கட்டுகளைக்கட்டும் தொழிலாளி மனதிலே, தான் ஏழையாக. இருப்பதற்கும், மாடி வீட்டுக்குச் சொந்தக்காரன் பணக்காரனா யிருப்பதற்கும் "விதி தான்" காரணம் என்ற மூட நம்பிக்கை போகும் வரையில் அவன் பல மாடி வீடுகளை பிறருக்கும் கட்டிக் கொடுத்துவிட்டு 'தான் ஏன் அந்த மாடி வீடுகளில் ஒரு வீட்டின் உப்பரிகையில் உல்லாசமாக உலவக் கூடாது, என்று நினைத்துப் பார்க்காமல் நினைத்துப் பார்க்கவும் நேரமில்லாமல், பகலெல்லாம் உழைத்து விட்டு இரவானதும், தன் குடிசைக்குள் குனிந்து செல்லுவான். மனதிலே இருந்த மூடநம்பிக்கை பகுத்தறிவுப் பகலவனைக் கண்டு மூடுபனிபோல நீங்க ஆரம்பித்த மறுகணமே, தொழிலாளி நினைக்க ஆரம்பித்துவிடுவான்; "தான் ஏன் மாடி வீட்டில் வாழக்கூடாது? பிறப்பில் ஒருவன் ஏழையாகவும் மற்றொருவன் பணக்காரனாகவும் ஏன் பிறக்கவேண் டும்?" என்று தன் மனதைக் கேள்விகள் கேட்பான். அந்த நினைப்பின் வளர்ச்சியைத் தடைப்படுத்த யாராலும் முடியாது.

ஆகையால் மக்கள் மனதிலே படிந்துள்ள மூட நம்பிக்கைகளை முதலில் அகற்றியாக வேண்டும். இந் நாட்டிலோ 100க்கு 96 பேர் படிக்காதவர்கள், படிக்காதவர்களா யிருந்தாலும்- பரவாயில்லை. பாழும் இதிகாசப் புராணக் கருத்துக்களை பலமாக கடைப்பிடித்துக் கொண்டிருக்கிறவர்கள். இது நல்ல நிலையா? இருக்கலாமா? இதை ஒழிக்க நாம் என்ன முயற்சி எடுத்துக்கொண்டோம்? அரசாங்கம் அறியாமையையும் மூட நம்பிக்கைகளையும்

போக்க என்ன செய்தது? ஏதாவது திட்டம் வைத் திருக்கிறதா? திட்டம் வைத்திருப்பதாக அறிகுறியே இல்லை.

எடுத்துக் காட்டாக நான் இன்று பத்திரிகையில் படித்த செய்தி ஒன்றை உங்களுக்குக் கூற விரும்புகிறேன். இன்று நமது நிலையும் நினைப்பும் எப்படி இருக்கிறது என்று பாருங்கள். இந்தச் செய்தியைக் கேட்கும் உங்களுக்கு அறியாமையையும் மூடநம்பிக்கையையும் போக்க திட்டம் இருக்கவேண்டிய இந்தியச் சர்க்காரிடம் எத்தகைய திட்டம் இருக்கிறது என்பது தெரியும். மகாபாரதத்திலுள்ள சாந்தி பருவத்தை நேபாள மகாராஜாவிடம் சென்று அங்குள்ள சில ஆதார ஏடுகளைப் பார்த்து ஆராய்ச்சிசெய்து புதிய சாந்தி பருவத்தை இந்திய சர்க்கார் வெளியிடப் போகிறார்களாம். எப்படி இருக்கிறது ஆராய்ச்சி! வெளிநாடுகளில், அமெரிக்காவில் மேகத்தை மழை பெய்விக்க வைப்பதற்கு மேகங்கள் ஆகாயத்தில் உலவிக்கொண்டிருக்கும் பொழுது விமானத்தின் மூலம் அவைகளின் மீதுப் பனிக் கட்டிகளை வீசினால் மேகம் குளிர்ச்சி. தாங்காமல் மழைத் துளிகளைத் தரும். பத்தினி பெய் என்றால் பெய்கிற இந்த நாட்களாக மழையில்லை. மழையை எப்படிப் பெய்யச்செய்வது என்று ஆராய்ச்சி செய்வது பற்றியோ அரசாங்கத்தாருக்கு கவலையில்லை.
அமெரிக்காவில் மழை வேண்டியபொழுது பயிருக்குத் தர வானை நோக்கிக்கொண்டிருக்க முடியாது.
தேவைப்பட்டபொழுது மழையைப்பெற ஒரு மார்க்கம் வேண்டும் என்று அராய்ச்சி செய்து, விமானத்தைக் கொண்டு மேகக் கூட்டங்களின் மேல் பனிக்கட்டிகளை வீசி மழை பெய்விக்கக் கண்டு பிடித்திருக்கிறார்கள். இன்னும் மேகத்தையே உண்டாக்க ஆராய்ச்சி செய்து கொண்டிருக்கிறார்களாம். இந்தியாவில் மழை இல்லாததால் பயிர்கள் வாட, பயிர்கள் வாடுவதால் மக்கள் வாடுகிற நேரத்தில் இந்திய சர்க்கார் மகாபாரதத்தில் சாந்தி பருவத்தை ஆராய்ச்சி செய்கிறார்கள். அமெரிக்காவில் பருவமழை தவறினால் பருவமழையை தேவைப்பட்டபோது உண்டாக்க ஆராய்ச்சி செய்கிறார்கள். இரண்டு செய்திகளும் ஒரே

அச்சகத்தில் அடிக்கப் பட்டு ஒரே செய்தித்தாளில் வெளிவரக் காண்கிறோம். இரண்டு நாடுகளைப் பற்றியும் உங்களுக்கு என்ன நினைப்பு தோன்றும், மக்கள் மழையில்லாமல் பட்டினியால் சாகும்பொழுது மழையைப் பற்றி ஆராய்ச்சி செய்யாமல் சாந்தி பருவத்தைப்பற்றி ஆராய்ச்சி செய்யும் சர்க்காரைப்பற்றி பிறநாட்டார் என்ன நினைப்பர்? நம் நிலையைக்கண்டு எள்ளி நகையாட மாட்டார்களா? இது போகட்டும் இந்த நாட்டில் கொண்டாடப்படும் விழாக்களைக் கவனியுங்கள்; மேல் நாட்டில் கொண்டாடப்படுகிற விழாக்களையும் கவனியுங்கள். இந்த நாட்டில் கொண்டாடப்படுகிற எந்த விழாக்களாவது ஒரு லட்சியத்தைப் பற்றி போதனை புரிவதாக அல்லது நினைவூட்டுவதாக அல்லது உலகத்தின் கவனத்தை இழுப்பதாக இருக்கிறதா என்று பாருங்கள். பிரான்சு நாட்டில் பிரஞ்சுப் புரட்சியைப் பற்றி விழாக் கொண்டாடுவார்கள். இரஷியாவில் மேதினத்தைப்பற்றிவிழா கொண்டாடுவார்கள். ஒவ்வொன்றும் ஒரு வெற்றி விழாவாகும். அந்தந்த நாடும் அந்தந்த நாட்டு மக்களுமன்றி உலகமக்கள் அனைவரும் கொண்டாடும் திருநாளாகும். ஏன்? அந்த விழாக்கள் மக்களை அறியாமையிலிருந்தும். அடிமையிலிருந்தும், சுரண்டலிலிருந்தும், மீட்டு அறிவு, சுதந்திரம், சுகம் ஆகியவைகளை அடைய நடத்திய வீரப்போராட்டத்தைப் பற்றியும் போராட்டத்தில் கிட்டிய வெற்றியைப் பற்றியும், நினைவூட்டும் மகிழ்ச்சியான நாட்களாகும். இங்கு இம்மாதம் விநாயச் சதுர்த்தி நடந்தது. உங்களுக்குத் தெரியும் அந்த விழாவால் வீழ்ந்த நாடோ அல்லது சமுதாயமோ, மீண்டும் எழுந்து நடமாட வழியுண்டா? அந்த விழாவால் அறியாமை நீங்குவதைப் பற்றியோ அடிமை நீங்குவதைப் பற்றியோ மக்கள் கொள்ள வேண்டிய அவசியம் வற்புறுத்தப் படுகிறதா? இத்தகைய விழாக்களால் நாடு விமோசனமடைய மார்க்க முண்டா? இரண்டு விழாக்களைப்பற்றியும் ஒரே பத்திரிகையில் படிக்கிறார்கள். பிரஞ்சுப் புரட்சி பிரான்சு நாட்டில் கொண்டாடப்பட்டதையும் படிக்கிறார்கள். நம் நாட்டில் விநாயக சதுர்த்தி விழாக் கொண்டாடப்படுவதையும்

படிக்கிறார்கள். யாராவது சிந்தித்தார்களா? ஏன் நம் நாட்டில் மாத்திரம் விழா இவ்வளவு மோசமான நிலையில் இருக்கவேண்டும் என்று, ஏன் சிந்திக்கவில்லை? பாமரர் களிடம் படிப்பு இல்லை. படித்தவர்களிடம் பண்பு இல்லை. இன்று, சொல்லித்தரப்படுகிற பாடமுறையே மாற்றி அமைக்கப்பட வேண்டும். சிந்தனையைக் கிளறும்படியான எந்தத் திட்டமும் நம் கையில் இல்லை. ஜெர்மனி நாட்டில் ஹிட்லர் தம் ஆட்சியில் கல்வித்துறையில் புகுத்திய புதிய முறைதான், பிள்ளைப் பருவத்திலேயே ஜெர்மானிய நாட்டு இளைஞர்களுக்கு ஹிட்லர் பக்தியும் இராணுவத்தினிடம் மரியாதையும், நாசிசத்திடம் *(Nazism)* நம்பிக்கையும், கொள்ளச் செய்தது. நாமும்தான் பிள்ளைகளுக்குக் கணக்குப் போடுகிறோம். நமது பிள்ளைகளிடம் " நான் நான்கு மாம்பழங்கள் வைத்திருந்தேன். அதை இரண்டு பேருக்குக் கொடுத்தால் ஆளுக்கு எத்தனை மாம்பழம்?" என்று கணக்கு போடுவோம். பிள்ளைகளோ மாம்பழம் ஆளுக்கு எத்தனை என்று யோசிப்பதைவிட மாம்பழத்தின் ருசி எப்படியிருக்கும் என்று யோசிப்பதில் நினைப்பை அதிகமாகச் செலுத்துவார்கள். ஆனால் இப்படியல்ல. ஜெர்மனியில் பிள்ளைகளுக்குக் கணக்குப் போடுவது. 4 டாங்கிகள் தான் நம்மிடம் இருக்கின்றன. எதிரியிடம் 8 டாங்கிகள் இருக்கின்றன. எப்படி இந்த 4 டாங்கிகளைக் கொண்டு எதிரியைத் தோற்கடிப்பது என்ற முறையில் கேள்வி இருக்கும். இன்னும் நிமிடத்திற்கு அறுபது மைல் வேகத்தில் செல்லும் விமானம், காலை 7 மணிக்கு இங்கிருந்து கிளம்பி இலண்டனில் குறித்த இடத்தில் குண்டு வீசி விட்டு வரவேண்டுமானால் எத்தனை மணி பிடிக்கும் என்று கேள்வியிருக்கும். இத்தகைய கேள்விகள்தான் ஜெர்மானிய நாட்டில் இளைஞர்களுக்கு இராணுவத் திடம் ஆசையையும் நாசிசத்திடம் விசுவாசத்தையும் கொடுத்தன. இதைப்போல இராணுவப் படிப்பை, ஹிட்லர் கையாண்ட நாசிச முறையை நாம் கல்வியில் கடைப்பிடிக்க வேண்டும் என்று நான் கூறவரவில்லை. கல்வித்துறையில் போதனை மூலம் மக்களுடைய மனதை எப்பக்கத்திலும் திருப்பலாம் என்பதை

வலியுறுத்தவே இதை நான் எடுத்துக்காட்டினேன். பாடத் திட்டத்தில் பகுத்தறிவைப் புகுத்தினால்தான் மக்களுக்குப் பழமையினிடத்திலுள்ள பாசம் குறையும். மனத்திலுள்ள மாசு நீங்கும், காலத்திற்குத் தக்கதுபோல கருத்து வளரும். அப்பொழுது மக்கள் உணவுப் பஞ்சத்தால் மடியும்பொழுது சாந்தி பருவ ஆராய்ச்சி நடக்காது. மழையைப் பற்றி ஆராய்ச்சி நடக்கும். சொற்பக் காலத்தில் விளையக் கூடியப் பயிர்களைப்பற்றி ஆராய்ச்சி நடக்கும். ஆனால் பகுத்தறிவு, பாடப் புத்தகங்களில் நுழைவதை சர்க்கார் தடை செய்தால் நிச்சயம் சாந்தி பருவ ஆராய்ச்சிதான் நடக்கும். மேல்நாட்டார் நம் நினைப்பைக் கண்டு நகைப்பர்; பரந்த தேசம்; மூன்று பக்கமும் கடல்கள்; ஒரு பக்கம் உலகம் போற்றும் இமயம், நாற்பது கோடிக்குமேல் மக்களைக்கொண்ட நாடு; மும்மூர்த்திகள் தோன்றிய நாடு ; நால்வர் ஆழ்வாராதிகள் அவதரித்த புண்ணிய பூமி; இருந்தும் மக்கள் பஞ்சம், பட்டினியால் வாடுகிறார்கள்; சிலர் இறக்கிறார்கள். சர்க்காரோ சாந்தி பருவ ஆராய்ச்சி செய்கிறார்கள். தொழிற்சாலைகளைப் பற்றிக் கவலைப்படவில்லை. விஞ்ஞானத்தைப் பற்றிக் கவலைப்படவில்லை.

சிலர் கூறலாம். "விஞ்ஞானத்தைப் பற்றி, கவலைப்படவில்லையா? விஞ்ஞானத்தை யாரும் இந்த நாட்டில் போற்றவில்லையா? இது அடாது! ரேடியோவும், மின்சாரமும், டெலிபோனும், சினிமாவும் விஞ்ஞான சாதனங்களல்லவோ? அவைகள் இங்கு இல்லையா. ஏராளமாக உள்ளனவே." என்று கூறலாம். விஞ்ஞான சாதனங்களை நாம் பார்ப்பதற்கும் அனுபவிப்பதற்கும், மேல் நாட்டார் பார்ப்பதற்கும், அனுபவிப்பதற்கும் எவ்வளவோ வேறுபாடுகள் உண்டு. மேலாகப் பார்த்தால் சில விஞ்ஞான சாதனங்களைக் கொண்ட நம் நாடும் விஞ்ஞானத்தில் முன்னேறியிருப்பதாகத் தோன்றும். கூர்ந்து கவனித்தால்தான் நம் நாட்டில் எவ்வளவு தூரம் விஞ்ஞானம் போற்றப்படுகிறது என்பது தெரியும். ரேடியோ ஒரு விஞ்ஞான சாதனம். அறிவு முன்னேற்றத்தைக் குறிக்கும் கருவி. அதன் மூலம்

இலண்டனில், கல்கத்தாவில், ரெங்கோனில், ருஷ்யாவில், டோக்கியோவில் என்னென்ன நடக்கின்றன என்று தெரிந்துகொள்ளலாம். ஆனால் ஜனங்கள் திருத்தணி, திருப்பதி, திருவாரூர் சிதம்பரம் போன்ற திவ்ய க்ஷேத்திரங்களையும் ஆங்காங்கு நடக்ற விழாக்களையும் பற்றித் தெரிந்துகொள்ளக் காட்டுகிற அளவுக்கு ஆசையை, ரேடியோவின் மூலம் லண்டன், கல்கத்தா, ரெங்கோன்ஆகியவைப் பற்றித் தெரிந்துகொள்வதில் காட்டமாட்டார்கள். ரேடியோ இருந்து என்ன பயன்? எந்த முற்போக்குக்காக, லட்சியத்திற்காக ரேடியோ கண்டுபிடிக்கப்பட்டதோ, அந்த முற்போக்கு லட்சியம் நம்மவரால் கடைப்பிடிக்கப்படவில்லை. ரேடியோ இருக்கட்டும். திடீரென்று மாலைநேரத்தில் ஆகாயத்தில் விமானம் பறக்கிறது என்று வைத்துக்கொள்வோம். சாலை ஓரத்திலுள்ள பெரியவர் அண்ணாந்து பார்ப்பார். கண்ணில் ஒருவித மிரட்சி தோன்றும். இந்த மாறுதலுடன் அவர் நினைப்புக்கும் ஆகாய விமானத்திற்குமுள்ள தொடர்பு அறுந்துவிடும். அவர் உடனே விமானத்திற்குப் பக்கத்தில் பறக்கும் கருடனைப் பார்ப்பார். பார்ப்பதற்குக் கொடுத்துவைத்தோமே என்று சந்தோஷப்படுவார்; கன்னத்தில் போட்டுக்கொள்வார். அத்துடன் நிற்க மாட்டார். தன் பக்கத்திலுள்ள சிறுவனையும் கருடனைப் பார்க்கச்சொல்லி கன்னத்தில் போட்டுக்கொள்ளச் சொல்லுவார். விமானத்தையும் பார்க்கிறார், கருடனையும் பார்க்கிறார், கருடனிடம் கவனம் செலுத்துகிற அளவுக்கு விமானத்திடம் காட்டமாட்டார். விமானம் இந்த நாட்டில் ஒரு விஞ்ஞான கருவியாக இருந்து என்ன பயன்? மேல்நாட்டில் ஒரு சிறுவன் ஆகாயவிமானம் பறக்கிறதைப் பார்க்கிறான் என்று வைத்துக்கொள்வோம், அவன் என்ன நினைப்பான்? அதன் வால்த் தட்டைப்பார், புதுமாதிரியாக இருக்கிறது. அதில் போட்டிருக்கும் கொடியைப் பார், நம்முடைய தேசத்துக்கொடி, அது என்னுடைய அப்பா கட்டிய விமானம். அதை ஓட்டுபவன் விமானப் படையில் சேர்ந்த என் அண்ணனாயிருப்பானோ என்றெல்லாம் யோசிப்பான். ஏன்?

அவன் நாட்டு நிலையும் நினைப்பும் ஒன்றாய் உயர்ந்திருக்கிறது.

இங்கோ நிலை உயர்ந்திருந்தும் நினைப்பு உயர வில்லை. மூன்றடுக்கு மாடியில் படிக்கட்டுகளைக் கட்டும் தொழிலாளி நிலை உயர்ந்திருந்தும் நினைப்பு உயராதிருந்ததற்கு, அவன் விதியின்பால் கொண்ட நம்பிக்கைக் காரணமாயிருப்பதைப் போல, இந்த நாடு நிலை உயர்ந்திருந்தும், நினைப்பு உயராததற்குக் காரணம் மூட நம்பிக்கை. நினைப்பு நிலை உயர்ந்த அளவுக்கு உயருதிற்கு ஒரே மார்க்கம், பகுத்தறிவைப் பரப்ப வேண்டும். பாடத்திட்டத்திலே நான் முன்பு கூறியது போல, பகுத்தறிவைப் புகுத்தும் தீவிரமான ஒரு திட்டம் வகுக்கப்படாத வரையில், பகுத்தறிவும் பரவாது; நமது நினைப்பும் உயராது.

நமது நிலை உலக மன்றத்தின் முன்பு உயர்ந்திருக்கிறது. பிரான்சைவிட, இத்தாலியைவிட, கிரீசைவிட ஜெர்மனியைவிட, ஸ்வீட்ஸர்லாந்தைவிட, கீழாகக் கருதப்பட்ட நாட்டிற்கு ஒருபொழுதும் சூரியன் அஸ்தமிப்பதில்லை என்ற நிலை பெற்றிருந்த பெரும் சாம் ராஜ்யத்தைக் கொண்டிருந்த பிரிட்டிஷார் 150 வருடமாக ஆண்டுவீட்டுக் கடைசியில் மண்ணுக்குரிய மக்களிடம் ஆட்சியை ஒப்படைத்துவிட்டு வெளியேறும்பொழுதுக் கொடுக்கவேண்டிய கடன் எத்தனையோ கோடி ரூபாய் - என்றால் இந்தியாவின் நிலை வேறு எந்த நாடும் உயர முடியாத அளவுக்கு, உயர்ந்திருப்பதாகவே பொருள். ஆனால் நிலை உயர்ந்திருந்தும், நினைப்பு உயரவில்லை. சப்மரினைப்பற்றி, டார்பிடோவைப்பற்றி, டெலிவிஷனைப்பற்றி, மின்சார யந்திரங்களைப்பற்றி, சந்திரமண்டலத்திற்குச் செல்லுவதுபற்றிய நினைப்பில்லாமல், இந்திய சர்க்கார் சாந்தி பருவ ஆராயச்சிச் செய்யப் போகிறார்கள் என்று பத்திரிகையில் படித்திருக்கிறோமே அது நினைப்பு உயர்ந்திருப்பதைக்

காட்டுகிறதா அல்லது தாழ்ந்திருப்பதைக் காட்டுகிறதா? நினைப்பு தாழ்ந்திருந்தால் ஏன் நினைப்பு தாழ்ந்திருக்க வேண்டும்? மனதிலே உள்ள தளைகள் நீக்கப்பட்டுவிட்டால் நினைப்பு இப்படி கெடுமா? படித்தவர்கள் மனதிலேயும் தளைகள் இருக்கின்றனவே ! அவைகளை நீக்கப் பல்கலைக் கழகத்தார் என்ன திட்டத்தை வைத்திருக்கிறார்கள்?

துணைவேந்தர் இந்தக் கூட்டத்திற்கு தலைமை வகித்திருந்தால் நிச்சயமாக நான் அவரைக் கேட்டுக் கொண்டிருப்பேன். அவரால் சட்டம் இயற்ற முடியும்: சர்க்காரையே உண்டாக்க முடியும். அவர் சர்க்காரின் கட்டுத்திட்டங்களுக்கு அடங்கி சர்க்காருக்காக மக்கள் நலனை மறக்கிறார். மாணவர்களுக்கு அறிவுச்சுதந்திரத்தை மறுக்கும்நிர்பந்தத்திலிருக்கிறார். அவர் துணிந்து மாணவர்களுக்கு பகுத்தறிவூட்டும் பாடத்திட்டத்தை வகுக்கலாம். வேண்டுமானால் சர்க்கார் அறிஞர் இரத்தினசாமியைத் துணைவேந்தர் பதவியிலிருந்து நீக்கலாம்; நீக்கட்டும். தமிழ்நாடு துணைவேந்தர் துணை நிற்கும்; கல்வி மந்திரியார் மனமிருந்தால் சரியான ஒரு திட்டம் வகுக்கலாம். மாணவர்களிடம் படிப்பு இருக்கிறது. படிப்பை பாமரர்களுடன் பகிர்ந்துகொள்ள வாய்ப்பிருக்கிறது. ஆனால் திட்டம் வகுக்கப்படவில்லை. சமுதாயத்திற்கு உழைக்க வேண்டும் என்ற ஆர்வத்திலுள்ள மாணவர்கள் கிராமாந்திரங்களுக்குச் சென்று அங்குள்ள பாமரமக்களுக்கு அறிவு புகட்டவேண்டும். முன்னேற்றம், சமாதானம், சமதர்மம், பகுத்தறிவு ஆகிய அழகான வார்த்தைகளின் வாசனைகளை அவர்களும் நுகரும்படி செய்ய வேண்டும். இதுதான் அறிவுப் பிரசாரம்; அஞ்ஞானத்தை அறவே இந்த நாட்டை விட்டு ஓட்டும் மார்க்கம். ஆனால் இந்தப் பணி லேசானதல்ல; ஆபத்து நிறைந்தது. எந்த நேரமும் எதிர்ப்பு வரலாம் இதைச் செயலாற்றும் பொழுதுதான் உணரமுடியும்.

ஆகஸ்ட்டு *15*-க்குப் பிறகு இன்னும் சீர்திருத்தம் பேசப்படுகிறது, பாடப்படுகிறது. "ஜாதி பேத மில்லை," "எல்லோரும் சமம்," "எல்லோரு இந்நாட்டு மன்னர்," " அடிமை யென்றும் ஏழையென்றும் யாரு மில்லை நாட்டினில்" மதுரமான கீதம், செவிக்கு இனிமையான விருந்து, யாரும் பாடிவிடலாம், என்று எளிதில் கூறிவிடலாம். பாட ஆரம்பித்தால் தெரியும், சாரீரம் கெட்டிருப்பதும், மேளம் சத்தம் கேட்காததும், தாளம் ஒத்துழைக்க மறுப்பதும். கீதம் பாடுவதிலே உள்ள கஷ்டத்தைவிட, கீதத்திலே உள்ள கருத்துக்களை தேசத்திலுள்ள மக்களுக்குப் போதிப்பதிலே உள்ள கஷ்டம் அதிகம். பகுத்தறிவுப் பிரசாரம் செய்ய விரும்புகிறவர்கள் நாட்டுப்புறத்துக்குச் சென்று பார்க்கவேண்டும். இன்னும் சாதி இருக்கிறது, பேதம் போக்கப்படவில்லை; ஆண்டையும், அடிமையும் இருக்கிறார்கள். வைதீகம் என்னும் நோய் இருக்கிறது. இன்னும் மாறவில்லை என்பதைக் காண்பார்கள். வைதீகம் என்னும் நோய்க்கு டாக்டர்கள் மருந்து கொடுத்துக் குணப்படுத்த முடியாது. பின் யாரால் அந்த நோயைப் போக்கமுடியும். வாலிபப் பருவத்திலுள்ள மாணவர்களால்தான் முடியும். பகுத்தறிவு என்னும் ஒரே மருந்தால் வைதீகம் என்னும் நோயைப் போக்க முடியுமே தவிர வேறு எந்த மருந்தாலும் போக்க முடியாது. பகுத்தறிவுப் பிரச்சாரம் கடினமானதுதான். ஆனால் வாலிபப் பருவத்திலுள்ள மாணவர்களைவி   வேறு யாரும் லாயக்கானவர்கள் (அந்தப் பணிக்கு} இல்லை. மாணவர்களே கிராமாந்திரத்திலுள்ள மக்களிடம் அறிவு எடுத்துச் சொல்லுகிற தூதுவர்களாக அனுப்பப்பட வேண்டும். *B.A, M.A.* பட்டம் பெறும் முன்னோ பின்னோ ஓர் ஆண்டு மாணவர்கள் சமூகத்திற்குச் சேவை செய்யவேண்டும் என்று மாகாணங்களில் சர்க்கார் கொண்டுவரும் திட்டத்தை நான் பாராட்டுகிறேன். மாணவர்கள் உண்மையிலேயே சமூகச் சேவை செய்யவேண்டும் ; மாணவர்களே கிராமங்களுக்குச் செல்லவேண்டும், கிராமங்களுக்குச் சென்று மக்களுடைய நிலையையும் நினைப்பையும் நேரில் காணவேண்டும்.

சென்று பார்த்தால்தான் தெரிந்துகொள்ள முடியும். அங்கு சீர்திருத்தத்தைப் பற்றி மதுர கீதம் கேட்கப்படவில்லை; பேதம் போக்கப்படவில்லை. எந்த தீங்கும் தீமையும் தீய்க்கப்பட்டதாகக் கருதப்பட்டதோ, அந்த தீங்கும், தீமையும் தீய்க்கப்படாமலிருப்பதைக் காண்பார்கள். எந்த நிலையும் நினைப்பும் நாட்டு மக்களிடம் இருக்கும் என்று கருதினார்களோ அந்த நிலையும் நினைப்பும் அவர்களிடம் யில்லாததைக் காணுவார்கள். எந்த சமூகப் பிரச்சனை தீர்ந்துவிட்டதாகக் கருதினார்களோ அந்த சமூகப் பிரச்சனை தீர்க்கப்படாததைக் காண்பார்கள்.

உதாரணமாக அண்ணாமலைப் பல்கலைக் கழகத்திலிருந்து மாணவர்கள் சமூக சேவை செய்வதற்காக வடாற்காடு ஜில்லாவிலுள்ள ஒரு கிராமத்திற்குச் செல்லுகிறார்கள் என்று வைத்துக்கொள்வோம். மாணவர்கள் அவ்வூர் ஸ்டேஷனைவிட்டு இறங்கி கிராமத்திற்குள் நுழைவார்கள், நுழைந்த மாணவர்கள் அங்குள்ள சில கிராமத்தார்களைப் பார்த்து, "இவ்வூரில் என்ன விசேஷம்" என்று கேட்பார்கள். உடனே " எங்கள் ஊரில் வீடுகள் சுகாதார முறைப்படி கட்டப்பட்டிருக்கும். எங்கள் ஊரில் திருடர் பயமில்லை. எங்கள் ஊரிலுள்ள இளைஞர்கன் பலசாலிகள், ஒரு ஆஸ்பத்திரி இருக்கிறது, ஒரு பள்ளிக்கூடமிருக்கிறது அதில் உள்ள உபாத்தியாயர் கெட்டிக்காரர். ஆண்டுக்கொரு தடவை விளையாட்டுப் பந்தயம் நடத்துவோம். ஒரு பூங்கா இருக்கிறது. ஒரு கண்காட்சிசாலை இருக் கிறது."— இதுவல்ல பதில், அவர்கள் அளிக்கிற பதில் மனதிலே மகிழ்ச்சிக்குப் பதில் திகிலை உண்டாக்கும். அவர்கள் கூறுவார்கள். 'இந்த ஊரிலே விசேஷங்களா ஒன்றும் விசேஷமில்லை! ஆனால் அதோ இருக்குது பாருங்க அந்த சர்க்கார் சாவடி, அதிலே ராத்திரி சரியா 12-மணி 1 - மணிக்கு பிசாசு ஒன்னு வரும், அதுகிட்ட அம்புட்டு கிட்டவுங்க பிழைக்கமாட்டாங்க; அதற்கு மாணவர்கள் பேயிடம் நம்பிக்கை யிருந்தாலும், பிசாசாவது ஒண்ணாவது அதெல்லாம் பொய்' என்று சொல்லுகிறார்கள் என்று வைத்துக்கொள்ளுவோம். உடனே

ஆமாங்க, அப்படித்தான் இங்க ஒருவரு சொன்னாரு, நல்லா படிச்சவரு, உங்களாட்டமே பேய். பிசாசுகளிடம் நம்பிக்கை இல்லையின்னு சொல்லுவாரு. ஒரு நாள் ராத்திரி அந்த சர்க்கார் சாவடியிலே படுக்கப் போகிறன்னாரு, எவ்வளவோ தடுத்தோம் முடிய வில்லை. மீறி படுத்தாரு காலையிலே போய் பார்த்தா செத்து கிடக்காரு, கத்தியால் குத்தினது மாதிரி வாயாலேயும் மூக்காலேயும் இரத்தம் வந்திருக்கு" என்று கிராமத்தார்கள் கூறுவார்கள். மாணவர்கள் மனதிலே அவர்களுக்குப் பிசாசிடம் நம்பிக்கை இல்லை என்றாலும் அல்லது பயமில்லை என்றாலும், கத்தியும் இரத்தமும் என்று கேட்டதும் அச்சம் தட்டும்; முகம் மாறுபடும், முகம் மாறுபடுவது மாத்திரமல்ல, கிராமத்து மக்களைப்பற்றி மாணவர்கள் மனதிலேகொண்ட நினைப்பும் மாற ஆரம்பிக்கும் ஏன்? அங்கு முதலியார்களைக் காண்பார்கள், படையாச்சிகளைக் காண்பார்கள், பறையர்களையும் காண்பார்கள், சாதிபேதமிருக்கும் சாஸ்திரியார்கள் இருப்பார்கள். அங்கு கோயில் குளங்களில் தீண்டாமை அனுஷ்டிக்கப்படும். கிராம மக்களின் நிலை நாம் நினைக்கிறபடி இருப்பதில்லை. நம் நினைப்புக்கும், அவர்கள் நினைப்புக்கும் இடையே பெரும் இடை வெளி இருக்கும். கிராமத்து மக்களைப் பார்த்து மாணவர்கள் வயலைக் காட்டி அதில் என்ன பயிர் என்பார்கள், "அதாங்க, நெல் பயிர் சீரகச்சம்பா, இது தெரியாதா? என்பார்கள். மாணவர்கள் மேலும் பல பயிர்களைக் காட்டி இது என்ன, அது என்ன என்று கேட்பார்கள். இது கருணை, இது சேமை, இது சீரகம், இது சோளம், இது புள்ளங்கி, என்று கிராமத்தார்கள் சொல்லுவார்கள். மாணவர்கள் கண்களிலே ஒருவித மிரட்சி தோன்றும். என்னங்க படிக்கிறங்கிறிங்க. இதெல்லாம் தெரியலியே " என்பார் கள், கிராமத்தார்கள். மாணவர்கள் கிராமத்து மக்களிடம் பகுத்தறிவு இருக்கும் என்று எதிர்பார்த்தார்கள். கிராமத்து மக்கள் மாணவர்களிடம், சாவடிப் பிசாசைப்பற்றியும், கிராமத்துப் பயிர்களைப்பற்றியும் அனுபவம் இருக்குமென்று எதிர்பார்த்தார்கள். இருவர்கள், எதிர்பார்த்ததும்

இருவர்களிடமுமில்லை. எப்படி இருக்கும். எப்படி இருக்க முடியும், மக்கள் மாணவர்களிடம் இல்லாததை எதிர் பார்க்கிறார்கள், மாணவர்கள் மக்களிடம் இல்லாததை எதிர் பார்க்கிறார்கள். இல்லாததை இருவர்களும் இருப்பதாக எண்ணிக் கொண்டிருக்கிறார்கள். இருவர்கள் இருப்பதும் வெவ்வேறு இடம். இருவர்கள் எண்ணங்கள் இருப்பதும் வெவ்வேறு இடம். இருவர்களுக்குமிடையே பெரிய பிளவு. பாலம் கட்டப்படவேண்டும், பாலம், கல்வி அமைச்சர்தான் மாணவர்களைக் கொண்டு கட்டவேண்டும்.

கிராம மக்களுடைய மனதில் நல்லது இது கெட்டது இது, உண்மை எது, கற்பனை எது என்று பொருள்களைப் பிரிக்க முடியாதபடி மாசு படிந்திருக்கிறது. மனதிலே மாசுள்ள அந்த மக்களிடம் படித்துப் பட்டமும் பகுத்தறிவும் பெற்ற மாணவர்கள் நன்மையிது தீமையிது, கற்பனை எது, உண்மை எது என்று பொருள்களை பிரித்துக்காட்டி அறிவுப் பிரசாரம் செய்தாலோ அவர்கள் சொல்லுவதை நம்புவதில்லை கிராம மக்களிடம் இது இது கற்பனை என்று எடுத்துக்கூறிவிட்டால் உடனே, அவர்கள் கற்பனையைக் கைவிட்டுவிடுவார்கள், உண்மையைப் பின் பற்றுவார்கள். இவர்கள் ஏதோ பிரமாதப் படுத்துகிறார்கள் என்று நமது பகுத்தறிவுப் பிரசாரத்தைப்பற்றி பரிகாசமாக பேசுகிறவர்கள் பிரச்சாரம் செய்து பார்க்கவேண்டும். அவர்கள் பக்கத்திலுள்ள ஊர், வல்லம் படுக்கைக்கு பிரச்சாரத்திற்கு செல்லுகிறார்கள் என்று வைத்துக்கொள்வோம் கிராமப் பிரசாரத்திற்குச் சென்றவர்கள் கிராமத்து தலைவரை அணுகி நாங்கள் உங்கள் ஊரில் பிரச்சாரம் செய்ய விரும்புகிறோம் நீங்கள் தயதுசெய்து கூட்டத்திற்கு ஏற்பாடு செய்து தரவேண்டும் என்று கேட்பார்கள். உடனே கிராமத்துத் தலைவர் பிரசாரர்களைப் பார்த்து கேட்பார், "நீங்கள் படித்தவர்கள் என்று சொல்லுகிறீர்களே — படித்தவர்களுக்கு வைக்கும் பரிட்சையைப் பாருங்கள் — உங்களுக்கு பாரதம் தெரியுமா? பிரசாரகர்கள் தெரியாது என்றவுடன் அப்ப ராமாயணம் தெரியுமா" என்று கேட்பார். இவர்கள் நாங்கள் படித்ததில்லை

என்பார்கள். கிராமத்துத் தலைவர் உடனே சொல்லுவார் 'உங்களுக்கு புராணங்களிடம் நம்பிக்கையில்லை என்று சொல்லுங்க. நீங்கள் இராவணனுக்கு 10 தலை என்பது கவியின் கற்பனையாகத்தானிருக்க வேண்டும்' என்று கூறுவார்கள். கிராமத்துத் தலைவர், உடனே முடிவு கட்டிவிடுவார். இவர்கள் ஒன்று இராமாயணம் படிக்காதவர்களாயிருக்க வேண்டும் அல்லது இப்படி ஈரோட்டு பக்கம்போய் வந்திருக்க வேண்டும், என்று கிராமத்து மக்கள் எந்த விளக்கத்தைத் தந்தாலும் நம்பமாட்டார்கள். எப்படி நம்புவார்கள்? அவர்கள் நம்பவேண்டியதை நம்ப மாட்டார்கள்; நம்பக்கூடாததை நம்புவார்கள். தெரிந்துகொள்ள அவசியமில்லாததைத் தெரிந்து கொண்டிருப்பார்கள்; தெரிந்துகொள்ள வேண்டியதைத் தெரிந்துகொண்டிருக்க மாட்டார்கள். அவர்களை நீங்கள் கேட்டுப்பாருங்கள். அமெரிக்காவின் தலைநகரம் எது தெரியுமா? தெரியாது. ருஷ்யாவின் தலைநகரம் எது தெரியுமா? தெரியாது. பெர்லின் எங்கு இருக்கிறது. தெரியுமா? தெரியாது. பிரிட்டனின் பிரபல தொழிற்சாலை எது, தெரியுமா? தெரியாது. மடகாஸ்கர் எங்கிருக்கிறது. தெரியுமா? தெரியாது. கடலுக்குள் போகிற கப்பல் தெரியுமா? தெரியாது. சரி, எமதர்மனுடைய வாகனம் எது தெரியுமா? "அதாங்க எருமைக் கடா" என்று கூறுவார்கள். எப்படி இருக்கிறது அவர்கள் அனுபவம்? எவ்வளவு வேறுபாடு நம்முடைய நினைப்புக்கும் அவர்களுடைய நினைப்புக்கும்? பிரபல தலைநகரங்களைப்பற்றி, பிரபல தொழிற்சாலைகளைப்பற்றி, பிரபல விஞ்ஞான சாதனங்களைப் பற்றி தெரிந்துகொண்டிராதவர்கள் மேலோகத்திலுள்ள எமனுடைய வாகனத்தைப்பற்றி தெரிந்து கொண்டிருக்கிறார்கள். தெரிந்துகொள்ள வேண்டியதைத் தெரிந்து கொள்ளாதது பற்றி வெட்கப்பட மாட்டார்கள்; தெரிந்துகொள்ள ஆசைப்படவும் மாட்டார்கள்.

அவர்களை இடைவிடாதப் பிரசாரத்தால் திருத்த வேண்டும். அவர்களிடத்திலுள்ள வைதீகத்தை விரட்டி அடிக்க

பகுத்தறிவை ஆயுதமாக உடைய மாணவப் படையினால்தான் முடியும். அந்தப் படையை இந்தப் பல்கலைக் கழகம்தான் கொடுக்க வேண்டிய பொறுப்பு உங்களைச் சேர்ந்தது. உங்களுடையப் பொறுப்பு பெரிது. கடைசியாக எல்லோராலும் கைவிடப்பட்ட கேசு *(Case)* உங்களிடம் ஒப்படைக்கப்படுகிறது. குணப்படுத்துவீர்கள் என்ற நம்பிக்கையில், மூட நம்பிக்கையுள்ள மக்களைத் திருத்த டாக்டர்களால் முடியவில்லை; உத்தியோகஸ்தர்களால் முடியவில்லை; ஊராள்வோர்களால் முடியவில்லை, அமைச்சர்களால் முடியவில்லை; கவிஞர்களால் முடியவில்லை; ஒரு காலத்திலே ஆலமரத்தடியில் பரமாத்மாவுக்கும் ஜீவாத்மாவுக்கும் உள்ள தொடர்புபற்றி, ஆராய்ந்தார்கள் என்று கூறப்படுகிற காலத்தில்கூட யாகத்தால் முடியவில்லை; வேதத்தால் முடியவில்லை ; சித்தர்களால் முடியவில்லை; ரிஷி சிரேஷ்டர்களால் முடியவில்லை. ஒரு காலத்திலும் ஒருவராலும் முடியவில்லை, மனிதனை மனிதனாக்க. மனிதனிடமிருந்து மிருகத்தனத்தைப் பிரிக்க, மனிதனை தேவனாக்க, எண்ணத்திலுள்ள இருளைப் போக்க, மனவளத்தை உண்டாக்க அவர்களால் முடியாததை நீங்கள் முடிக்கவேண்டும்; அவர்களால் சாதிக்க முடியாததை நீங்கள் சாதிக்கவேண்டும். நீங்கள் உங்கள் காரியத்தில் வெற்றிபெற இடைவிடாத பிரசாரம் செய்ய வேண்டும்; நீங்கள் கோபுர வாசலிலே உள்ள நோயாளிகளிடம் செல்லவேண்டும்; கோபுர வாசலிலே உள்ளவர்களிடம் மாத்திரமல்ல. கடை வீதியில் உள்ளவர்களிடத்திலும் செல்லவேண்டும்; கடைவீதியில் உள்ளவர்களிடத்தில் மாத்திரமல்ல, நடைப் பாதையில் உள்ளவர்களிடத்திலும் செல்ல வேண்டும். நடை பாதையில் உள்ளவர்களிடத்தில் மாத்திரமல்ல, ஆலைத் தொழிலாளிகளிடத்திலும் செல்லவேண்டும், ஆலைத் தொழிலாளிகளிடத்தில் மாத்திரமல்ல, ஏழை விவசாயிகளிடத்திலும் செல்ல வேண்டும். ஏழை விவசாயிகளிடத்தில் மாத்திரமல்ல, விம்மி விம்மி அழுகிற விதவைகளிடமும் செல்ல வேண்டும். விபரீத எண்ணத்திற்காக அல்ல, அவர்களை விடுவிக்க! அவர்கள்

எல்லோரிடத்திலும் சமயம் வாய்த்த போதெல்லாம், அறிவுப் பிரசாரம் செய்யவேண்டும். முன்னாள் நிலையும் முன்னாள் நினைப்பும் உயர்ந்திருந்ததையும் இந்நாள் நிலையும் இந்நாள் நினைப்பும் தாழ்ந்திருப்பதையும், தாழ்ந்ததை உயர்த்த வேண்டிய தேவையைப் பற்றியும் எடுத்துக் கூறவேண்டும். எப்படியும் மூட நம்பிக்கை நீக்கப்படவேண்டும். பிறகு நல்ல எண்ணங்களைத் தூவினால்தான் அவை நல்ல பலனைத் தரும், பகுத்தறிவால் பண்படாத எந்த உள்ளத்தில் நல்லெண்ணத்தை விதைத்தாலும் அது நல்ல விளைவைத் தராது.

நீங்கள் ரயிலில் செல்லும்பொழுது கவனித்திருக்கலாம். உங்களுக்குப் பக்கத்தில் உள்ள ஒரு கிராமத்தாரிடம், ஏறிச் செல்லுகிற ரயிலைப்பற்றி, ரயில் கண்டு பிடித்தவனைப்பற்றி, கண்டு பிடித்த காலத்தைப்பற்றி ரயில் எப்படி ஓடுகிறது என்பது பற்றி ஓடிக்கொண்டிருக்கிற ரயிலை ஒரு நொடியில் எப்படி, எதிரே உள்ள கைப்பிடியால் நிறுத்தலாம் என்பதைப்பற்றி கூறுங்கள், ஜன்னல் வழியாக எதையோ கவனித்துக்கொண்டு காதில் விழாதது போலவே இருப்பார். ஆனால் கொஞ்ச நேரத்திற்கெல்லாம் ஜன்னல் வழியாக தெரியும் ஒரு குன்று. குன்றின் மேல் தெரியும் கோபுரம், கோபுரத்தின் மேல் தெரியும் விளக்கு. அவைகளைக் கவனித்துப் பார்ப்பார். உடனே பக்கத்திலுள்ளவரைப் பார்த்துக் கேட்பார் — தூங்கினாலும் தொடையைக் கிள்ளிக் கேட்பார் — அது என்ன கோயிலுங்க !

விஞ்ஞானம் இந்த நாட்டில் மதிப்பற்றிருப்பது போல் வேறு எந்த நாட்டிலும் மதிப்பற்றிருக்காது, நான் இதோ பேசுகிறேன்; என் முன் ஒலிபெருக்கி இருக்கிறது. அது நான் பேசுவதைப் பெருதாக்கி நாலாபக்கத்திலும் உள்ள பலரும் கேட்கும்படிச் செய்கிறது. அது எப்படி வேலை செய்கிறது என்று கூறிப்பாருங்கள் ; மேட்டூர் அணைக்கட்டை எப்படி கட்டியிருக்கிறார்கள் என்று கூறிப்பாருங்கள்; கப்பல்

கனமாயிருந்தும் அது எப்படிக் கடலில் மிதக்கிறது என்று கூறிப்பாருங்கள், ஏரோப்பிளேன் எப்படி பறக்கிறது என்று கூறிப்பாருங்கள்; அல்லது எந்த ஒரு விஞ்ஞான சாதனத்தைப்பற்றியாவது கூறிப்பாருங்கள், ஆச்சரியமாகக் கேட்கமாட்டார்கள்; அவைகளில் அதிசயமிருப்பதாகவும் அவர்களுக்குத் தோன்றாது. அப்படிக் கொஞ்ச நேரம் கேட்டாலும் அதை மறுகணமே மறந்து விடுவார்கள். 'அற்புத சக்தியிடம்' உள்ள அபார நம்பிக்கையும் மதிப்பும் அவைகளிடமிருக்காது. ரேடியோவைப் பற்றிக் கூறுங்கள்; ஒருவர் இலண்டனில் பேசுவதை நாம் கேட்கலாம் என்று கூறுங்கள்; டெலிவிஷனைப் பற்றிக் கூறுங்கள்; டெலிவிஷன் மூலம் மாஸ்கோவில் ஆடும் ஒரு மாதைப் பார்க்கலாம் என்று கூறுங்கள். ஏதோ கேட்பார்களே ஒழிய அதில் ஆச்சரியம் இருப்பதாக நினைக்க மாட்டார்கள். கூறும்பொழுது அப்படியா! என்று சொல்லுவார்கள் ! அவ்வளவு தான். இவ்வளவையும் கேட்டுவிட்டு திடீரென்று சொல்லுவார்கள்; "நீங்கள்! இதிலெல்லாம் ஆச்சரியம் இருப்பதாகக் கூறுகிறீர்கள்! என்ன ஆச்சரியம் இருக்கிறது? அங்கே ஒரு வேப்ப மரமுங்க, அதன் மகிமை. காயெல்லாம் கசக்காமல் தித்திக்குதுங்க! ஜனங்க கூட்டம் கூட்டமாப் போறாங்க" என்று.

விஞ்ஞானத்திடம் இப்படி ஏன் அவர்களுக்கு மதிப்பு இருப்பதில்லை? காரணம் எந்த விஞ்ஞான சாதனத்தையும் இவர்கள் சிரமப்பட்டு கண்டு பிடிக்கவில்லை. பென்சிலினைக் கண்டு பிடித்தவர் எங்க அப்பா, அணுகுண்டை கண்டுபிடித்தவர் எங்கள் அண்ணன், ரேடியோவைக் கண்டுபிடித்தது எங்கள் தாத்தா. மின்சாரத்தைக் கண்டுபிடித்தவர்கள் எங்கள் மூதாதையர் என்றிருந்தால் அதன் அருமை தெரியும். எவ்வளவு சிந்தனை, எத்தனை இரவுகள் விழித்து எதிர்ப்பைப் பார்க்காமல், கேலி, கண்டனங்களைப் பொருட்படுத்தாமல், ஆபத்துக்கு அஞ்சாமல், மூளை குழம்புமே, கண் குருடாகுமே, கால் முடமாகுமே என்று யோசிக்காமல், கஷ்டப்பட்டு விஞ்ஞான

சாதனங்களைக் கண்டுபிடித்தவர்களெல்லாம் மேல்நாட்டார்கள் எனவேதான் அவர்கள் விஞ்ஞானத்தைப் போற்றுகிறார்கள். அவர்களுக்கு அதன் அருமை தெரிகிறது. அதனிடம் அதிக மதிப்பு வைத்திருக்கிறார்கள். இவர்கள் எந்த சாதனத்தைக் கண்டு பிடிக்கவும் கஷ்டப்படவில்லை: கஷ்டப்படாமல் சுகம் எப்படித் தெரியும். ஆதலால்தான் இவர்களுடைய நாக்கில் ஏரோப்பிளேன் கண்டு பிடித்தவர்களுடைய பெயர்கள் நர்த்தனமாடுவதில்லை. ரயில் கண்டுபிடித்தவர்களுடைய பெயர்கள் நெஞ்சில் நடமாடுவதில்லை. விஞ்ஞானம் இந்த நாட்டில் விழலுக்கிறைத்த நீராகிவிட்டது. பாலைவனத்தில் வீசிய பனிக்கட்டிபோல. குருடனிடம் காட்டிய முத்து மாலையைப் போல, செவிடன் கேட்ட சங்கீதம்போல் விஞ்ஞானம் மதிப்பற்றிருக்கிறது.

மதிப்புற்றிருக்க வேண்டிய பொருள் மதிப்பற்றிருப்பது நல்லதல்ல. விஞ்ஞானம் மதிப்புப் பெற மாணவர்கள் உழைக்கவேண்டும். மாணவர்கள் மக்களிடம் சென்று அவர்கள் மனதிலே உள்ள மாசை நீக்கவேண்டும். மனதிலுள்ள மாசை நீக்கி பகுத்தறிவைப் பரப்பிவிட்டுப் பிறகு விஞ்ஞானத்தைப் பற்றி பிரசாரம் செய்யவேண்டும். அப்பொழுதுதான் மக்கள் மனம் தெளிவடைவர்; அறிவைப் போற்றுவார்கள்; அஞ்ஞானத்தைக் கைவிடுவார்கள் உண்மையை நம்புவார்கள், பொய்யை நம்பமாட்டார்கள் இதுவரை நான் பொதுவாக இந்தியா — குறிப் பாக — தமிழ்நாட்டு மக்கள் நினைப்பு, நிலை உயர்ந்த அளவுக்கு உயரவில்லை. தாழ்ந்திருக்கிறது என்பதையும், தாழ்ந்ததை உயர்த்த பகுத்தறிவுப் பிரசாரம் என்ற ஒரே மார்க்கந்தான் உண்டென்றும், மாணவர்கள்தான் அம்மார்க்கத்தைக் கடைப்பிடிக்கத் தகுதியானவர்கள் என்றும், உடனே சர்க்கார் மக்களுக்கு மாணவர்கள் அந்தப் பணியை வெற்றிகரமாக செய்து முடிக்க ஓர் திட்டம் வகுக்க வேண்டும் என்றும் கூறினேன். ஆகையால் சர்க்கார் பகுத்தறிவுப் படையைக்

கிளப்ப வேண்டும்; அந்தப் படையைத் தடையில்லாமல் இந்தப் பல்கலைக் கழகம் தரும் என்ற நம்பிக்கை எனக்கு இருக்கிறது.

அப்படை இங்கு உண்டு. அப்படையினர் நன்கு படித்தவர்கள், பண்புள்ளவர்கள், நல்ல பிரசாரப் பழக்கமுள்ளவர்கள்; பகுத்தறிவை ஆயுதமாக உடையவர்கள்; பயமறியாதவர்கள். இவர்களால் தான் வீழ்ந்த சமுதாயத்தை உயர்த்த முடியும். இதுதான் ஒரே படை, இதுதான் கடைசிப்படை. இப்படை வெற்றி பெரும் என்ற நம்பிக்கை எனக்கு உண்டு. "இப்படை தோற்கின் எப்படை ஜெயிக்கும்" என்ற மனோன்மணி ஆசிரியர் சுந்தரம் பிள்ளை மணிமொழியைக் கூறி எனது உரையை இத்துடன் முடித்துக் கொள்கிறேன்.

முற்றும்.

★ ★ ★